U0545467

TIẾNG VIỆT DU LỊCH CHO MỌI NGƯỜI

誰都學得會的旅遊越南語

新版

阮氏貞 Nguyễn Bình Trân
蔡氏清水 Thái Thị Thanh Thuỷ 合著

推薦序

學習語言，也學習文化

我開始學習越南語是 1999 年，不過課本內容相當枯燥無味，第一課就是你、我、他、名字。根據我以前學習過的其他語文經驗（德文跟日文），當年都早已經使用情境式教學方式了，但是台灣的越南語教材則是一片空白，甚至還有用ㄅㄆㄇ或華語來拼湊發音的，例如「沒關係」（không sao）寫成漢字華語發音「空燒」！

學習好這一本「誰都學得會的旅遊越南語」，去越南的基本生活應該完全沒問題。對於越南人來説，我們只要説出一些片段的字詞，就可以很好溝通了。例如某次我搭乘計程車從博物館回家，司機做手腳，車資是正常的五倍，我竟然可以用這樣程度的越南語來爭吵，只記得一直説：đi, đi nói với công an（來，我們來跟公安説！）

我相信大家學習好此書，在類似上述的情境，應該可以完全溝通無礙！很高興我的指導學生阮氏貞，出版了這一本越南語課本，她充分發揮社會學之眼，透過文化解説來帶領大家學習越南語，把巷仔口的日常對話融入在語言教學中，例如購物跟殺價，根本就是旅遊越南的必殺絕技！語言不再是枯燥死背，而是活生生在我們生活周遭的越南文化，非常生動活潑有趣。我相信此書一定可以帶給大家持續學習越南語的動力！

王宏仁 / 國立中山大學社會學系教授

推薦序

旅遊、出差皆適用的越南語教材

到越南旅遊的國際旅客近年來持續大幅增長。在 COVID-19 疫情爆發之前，越南一整年的國際觀光客已高達一千八百萬人。其中，來自台灣的觀光客占前幾名的重要分量，可見台越之間的文化交流日益頻繁。蔡氏清水與阮氏貞兩位越南語老師合作出版的這本《誰都學得會的旅遊越南語》剛好可以做為擬到越南觀光旅遊或出差者之學習教材。

蔡氏清水與阮氏貞兩位都是具有多年教學經驗的越南語老師。蔡氏清水也是國立成功大學台灣文學系碩士班的優秀畢業生。她除了擔任成功大學及其他大學的越南語講師之外，也協助成大越南研究中心與越南進行文學交流，並翻譯不少越南知名文學作品，譬如《戰火人生：越南詩人陳潤明詩選》、《肩上江山：越南現代詩選》及《越南現代文學》等。蔡氏清水專精越南語、台語及華語的對比分析、教學與翻譯。我相信蔡氏清水與阮氏貞兩位老師合作出版的這本旅遊越南語專書具有專業的水準，值得讀者的信賴與使用。

蔣為文 / 國立成功大學越南研究中心主任

推薦序

旅遊越南的必備良伴

這本書的兩位作者：阮氏貞和蔡氏清水，是我的越南語老師，也是待我如親的好姊姊。我在 2012 年因工作結識貞姊，貞姊得知我想學越南語，義不容辭説要教我。貞姊善用情境學習，帶我一邊做越南菜，一邊學食物的説法；並活用教材，透過越南詩集教我一句句翻譯，領略越南文學的優美與歷史脈絡。而後，我因一場推廣越南文學的展覽，經貞姊介紹結識清水姊。得知清水姊與我同在成功大學台灣文學系修習博士班，我主動請清水姊教我越南語。清水姊為人優雅自適，中文和越南文造詣極佳，加上豐富的教學經驗，總能很快指出我學習上的盲點。

兩位姊姊分別在不同學校擔任越南語老師多年，教學經驗豐富。這次能將教學經驗化作此書，令人格外欽佩與欣喜。書中深入簡出列舉重要語法與常用片語，並安排會話練習，讓人更容易應用到日常對話中。我特別喜歡每個單元最後的「旅遊小錦囊」，提醒大家在越南旅行的眉眉角角。另外，還貼心提醒大家不同地區適合旅行的月份，並點出不可錯過的文化景點，如越南獨有的民間傳統戲劇——水上木偶戲，讓大家透過深度旅行認識越南。

讀了這本書的我，已迫不及待想帶著這本好書，再次踏上越南的土地，更完整、深入的認識這個擁有豐富歷史文化的美麗國度。

張郅忻 / 作家、國立成功大學台灣文學系博士

Đôi lời suy nghĩ về quyển sách

Đài Loan được xem như là điểm đến để kết hôn của những người phụ nữ đến từ các quốc gia Đông Nam Á, là nơi được du học sinh chọn lựa với môi trường học tập năng động và thân thiện, là nơi lựa chọn làm việc của những người lao động di cư. Nền văn hóa của Đài Loan trở nên càng phong phú và đa dạng hơn do sự kết hợp giữa văn hoá bản địa với văn hoá du nhập. Để phát triển xã hội theo đà văn hoá đa dạng này, Đài Loan đã chú trọng đến việc giáo dục ngôn ngữ cho người dân. Do vậy, hiện nay bên cạnh tiếng Anh thì những ngoại ngữ đến từ các quốc gia Đông Nam Á như Việt Nam, Indonesia, Thái Lan... cũng đã được đưa vào chương trình giảng dạy trong nhà trường.

Trong quá trình học tập ngoại ngữ, việc chọn lựa những quyển sách phù hợp với mục tiêu của bản thân và nội dung dễ hiểu được xem như là một yếu tố quan trọng góp phần nâng cao khả năng tiếp thu của người học. Chúng tôi đã có cơ hội tham khảo một số đầu sách dạy tiếng Việt khác nhau dành cho người Đài Loan, thì quyển sách này là một trong những đầu sách mà chúng tôi cảm thấy tâm đắc nhất, bởi sự thiết thực, bổ ích và phù hợp cho những độc giả đang học tiếng Việt, đặc biệt là những độc giả chuẩn bị sang Việt Nam du lịch. Nội dung của quyển sách xoay quanh các vấn đề thực tế như gọi thức ăn, hỏi đường, tham quan, đặt vé máy bay, đổi tiền, khám bệnh, mua sắm v.v. mà chắc chắn trong mỗi chúng ta đều sẽ gặp phải những tình huống này trong cuộc sống hằng ngày.

Tại một số khu vực ở Việt Nam, đặc biệt là khu vực Nam bộ, người dân địa phương luôn nói trại đi những từ ngữ thường ngày, do vậy nhiều người nước ngoài khi học tiếng Việt sẽ không hiểu được những từ ngữ này do cách phát âm không giống như những gì đã được học. Nhưng quyển sách này lại khác, từ ngữ và cách phát âm mà tác giả sử dụng rất địa phương, rất đời thường nên mọi người khi học sẽ dễ dàng theo kịp được những lời nói của người dân bản xứ. Tin rằng bạn sẽ cảm thấy hài lòng khi trong tay có quyển "Tiếng Việt du lịch cho mọi người" này. Chân thành cảm ơn nhóm tác giả với những tâm tư và công sức đã gửi gắm vào quyển sách.

Thân quý

Huỳnh Quốc Tuấn và Huỳnh Lê Anh Huy

Giảng viên bộ môn Xã hội học

Trường Đại học Mở Thành phố Hồ Chí Minh

Nghiên cứu sinh

Ngành nghiên cứu Khu vực Châu Á-Thái Bình Dương

Trường Đại học Quốc lập Đông Hoa

作者序

陪你走訪越南的小伴侶

隨著科技發達，交通便利，台灣朋友前往越南旅遊、經商、工作、留學、考察、文化交流等等日益頻繁，若能使用一些當地的語言，了解當地的文化，對身處異鄉的自己將帶來諸多便利，同時也會因此感到輕鬆自在。

《誰都學得會的旅遊越南語》為實用旅遊越南語學習書，包含訂機票、旅館訂房、兌換錢幣、買電話 SIM 卡、搭公車、點餐、購物、選伴手禮、參觀、問路、看病及請求協助等，共十二個主題。

每個主題均安排有：情境對話、認識新詞彙、聽說讀寫練習以及常用語法解說，並且最後都有附上解答，提供學習者在完成練習之後可以快速找到參考答案。此外，依照每個主題，皆有相應的旅遊小錦囊及延伸學習，相信學習者藉由書中的內容設計和課程安排，除了學好旅遊越語外，也能了解越南各地之民情、文化習俗，以及學到十二句祝福語。

本書致力做越南語學習者的最佳幫手，不論是個人或團體旅遊、初學或自修越南語者皆適用。全書以簡單的學習內容，以當地人的表達方式，幫助學習者在短時間快速學好越南語，不但能達到溝通目的，更使旅行增添趣味。

非常感謝您對《誰都學得會的旅遊越南語》一書的支持，更期盼您不吝指正，使書中的內容能更完整及滿足學習者的需求。在此，也特別感謝我們的指導教授和各位好朋友對此書的關心及給予建議。最後，也非常感謝瑞蘭國際出版在出版方面的鼎力協助，讓此書得以問世。再次感謝！

2021 年 9 月

如何使用本書

《誰都學得會的旅遊越南語》全書共 12 課，是為越南語初學者設計的旅遊越南語教材。希望透過輕鬆愉快的旅遊主題，讓初學者享受到開口說越南語的樂趣。每課的課程設計如下：

STEP 1「掃描音檔 QR Code」

在開始使用這本教材之前，別忘了先找到書封右下角的QR Code，拿出手機掃描，就能立即下載書中所有音檔喔！（請自行使用智慧型手機，下載喜歡的QR Code掃描器，更能有效偵測書中QR Code！）

STEP 2「會話」

每課都有1～3篇實境旅遊會話，隨附中文翻譯，並將重點詞彙挑出來，不用查字典也能輕鬆對照閱讀。

BÀI 1 | 第一課 ĐẶT VÉ MÁY BAY 訂機票

I. Hội thoại 會話

Hải gọi điện thoại cho phòng vé để đặt vé máy bay.
海打電話到機票售票處訂機票。

Hội thoại 1 會話 1 ▶ MP3-01

Nhân viên phòng vé: A lô, phòng vé xin nghe.
Hải: Chào chị. Tôi muốn đặt vé máy bay từ Hà Nội đi Huế.
Nhân viên phòng vé: Anh muốn đặt vé đi ngày nào ạ?
Hải: Chiều thứ Hai tuần sau.
Nhân viên phòng vé: Dạ, hết vé từ Hà Nội đi Huế vào buổi chiều rồi ạ, chỉ còn vé chuyến bay tối thôi.
Hải: Chuyến bay tối khởi hành lúc mấy giờ hả chị?
Nhân viên phòng vé: Dạ, khởi hành lúc 8 giờ tối.
Hải: Vậy tôi đặt vé chuyến (bay) tối cũng được.

售票員：喂，您好，售票處接聽。
海：妳好，我想訂從河內去順化的機票。
售票員：您想訂哪天的機票？
海：下星期一下午。
售票員：從河內到順化下午的機票售完了，只剩下晚班的機票而已。
海：晚班的飛機幾點起飛？
售票員：是晚上 8 點起飛。
海：那麼我訂晚班的機票也可以。

Từ vựng 詞彙

tôi	我	Huế	順化
chị	妳、小姐、姐姐	thứ Hai	星期一
anh	你、先生、哥哥	tuần sau	下週
muốn	想	chuyến (bay)	班（機）
đặt	訂	tối	晚上
vé	票	khởi hành	起飛、啟程
máy bay	飛機	giờ	點、時
ngày	日、天	vậy	這樣、這麼
chiều	下午	cũng	也
Hà Nội	河內	được	可以、能、得、行

022 | 誰都學得會的旅遊越南語

BÀI 1: ĐẶT VÉ MÁY BAY 第一課 訂機票 | 023

STEP 3「練習」

所有題目皆取自會話內容，快用「說一說」、「聽一聽」、「寫一寫」測驗自己是否完全理解。

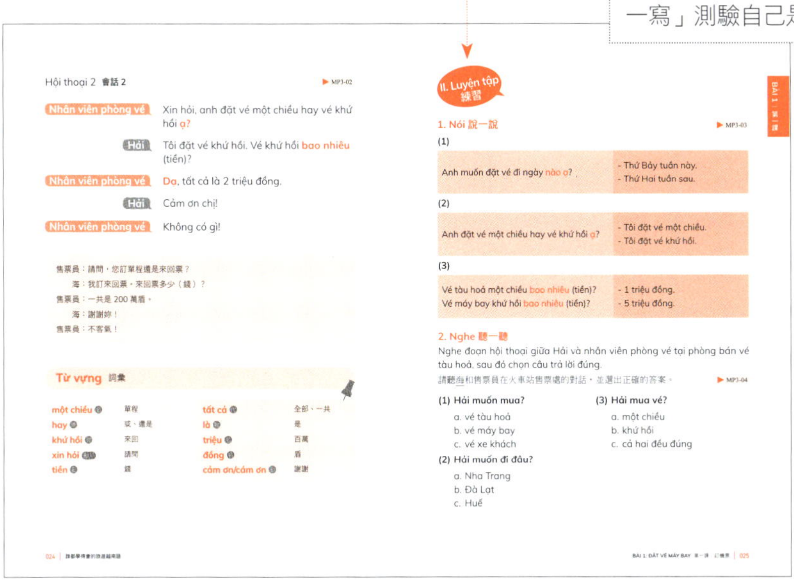

Hội thoại 2 會話 2 ▶ MP3-02

Nhân viên phòng vé: Xin hỏi, anh đặt vé một chiều hay vé khứ hồi ạ?

Hải: Tôi đặt vé khứ hồi. Vé khứ hồi bao nhiêu (tiền)?

Nhân viên phòng vé: Dạ, tất cả là 2 triệu đồng.

Hải: Cảm ơn chị!

Nhân viên phòng vé: Không có gì!

售票員：請問，您訂單程還是來回票？
海：我訂來回票。來回票多少（錢）？
售票員：一共是 200 萬盾。
海：謝謝妳！
售票員：不客氣！

Từ vựng 詞彙

một chiều	單程	tất cả	全部、一共
hay	或、還是	là	是
khứ hồi	來回	triệu	百萬
xin hỏi	請問	đồng	盾
tiền	錢	cảm ơn/cám ơn	謝謝

024 | 誰都學得會的旅遊越南語

II. Luyện tập 練習

BÀI 1 第1課

1. Nói 說一說 ▶ MP3-03

(1)

Anh muốn đặt vé đi ngày nào ạ?	- Thứ Bảy tuần này. - Thứ Hai tuần sau.

(2)

Anh đặt vé một chiều hay vé khứ hồi ạ?	- Tôi đặt vé một chiều. - Tôi đặt vé khứ hồi.

(3)

Vé tàu hoả một chiều bao nhiêu (tiền)? Vé máy bay khứ hồi bao nhiêu (tiền)?	- 1 triệu đồng. - 5 triệu đồng.

2. Nghe 聽一聽

Nghe đoạn hội thoại giữa Hải và nhân viên phòng vé tại phòng bán vé tàu hoả, sau đó chọn câu trả lời đúng.
請聽海和售票員在火車站售票處的對話，並選出正確的答案。 ▶ MP3-04

(1) Hải muốn mua?
a. vé tàu hoả
b. vé máy bay
c. vé xe khách

(2) Hải muốn đi đâu?
a. Nha Trang
b. Đà Lạt
c. Huế

(3) Hải mua vé?
a. một chiều
b. khứ hồi
c. cả hai đều đúng

BÀI 1: ĐẶT VÉ MÁY BAY 第一課 訂機票 | 025

STEP 4「語法解說」

挑出會話中的重點句型、語法要點，說明用法並提供例句輔助學習。

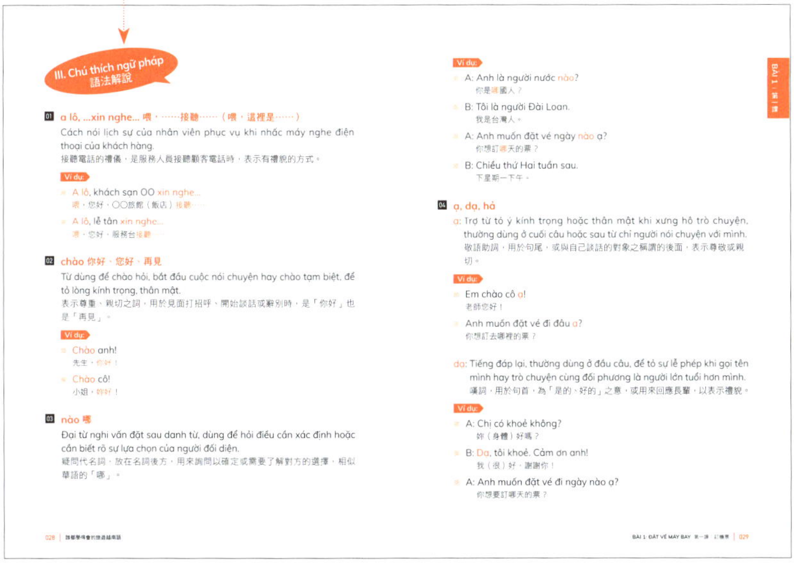

III. Chú thích ngữ pháp 語法解說

01 a lô, ...xin nghe... 喂，……接聽……（喂，這裡是……）

Cách nói lịch sự của nhân viên phục vụ khi nhấc máy nghe điện thoại của khách hàng.
接聽電話的禮儀，是服務人員接聽顧客電話時，表示有禮貌的方式。

Ví dụ:
- A lô, khách sạn OO xin nghe...
  喂，您好，〇〇旅館（飯店）接聽……
- A lô, lễ tân xin nghe...
  喂，您好，服務台接聽……

02 chào 你好、您好、再見

Từ dùng để chào hỏi, bắt đầu cuộc nói chuyện hay chào tạm biệt, để tỏ lòng kính trọng, thân mật.
表示尊重、親切之詞，用於見面打招呼、開始談話或辭別時，是「你好」也是「再見」。

Ví dụ:
- Chào anh!
  先生，你好！
- Chào cô!
  小姐，妳好！

03 nào 哪

Đại từ nghi vấn đặt sau danh từ, dùng để hỏi điều cần xác định hoặc cần biết rõ sự lựa chọn của người đối diện.
疑問代名詞，放在名詞後方，用來詢問以確定或需要了解對方的選擇，相似華語的「哪」。

028 | 誰都學得會的旅遊越南語

BÀI 1 第1課

Ví dụ:
- A: Anh là người nước nào?
  你是哪國人？
- B: Tôi là người Đài Loan.
  我是台灣人。
- A: Anh muốn đặt vé ngày nào ạ?
  你想訂哪天的票？
- B: Chiều thứ Hai tuần sau.
  下星期一下午。

04 ạ, dạ, hả

ạ: Trợ từ tỏ ý kính trọng hoặc thân mật khi xưng hô trò chuyện, thường dùng ở cuối câu hoặc sau từ chỉ người nói chuyện với mình.
敬語助詞，用於句尾，或與自己談話的對象之稱謂的後面，表示尊敬或親切。

Ví dụ:
- Em chào cô ạ!
  老師您好！
- Anh muốn đặt vé đi đâu ạ?
  你想訂去哪裡的票？

dạ: Tiếng đáp lại, thường dùng ở đầu câu, để tỏ sự lễ phép khi gọi tên mình hay trò chuyện cùng đối phương là người lớn tuổi hơn mình.
嘆詞，用於句首，為「是的、好的」之意，或用來回應長輩，以表示禮貌。

Ví dụ:
- A: Chị có khoẻ không?
  妳（身體）好嗎？
- B: Dạ, tôi khoẻ. Cảm ơn anh!
  我（很）好，謝謝你！
- A: Anh muốn đặt vé đi ngày nào ạ?
  你想要訂哪天的票？

BÀI 1: ĐẶT VÉ MÁY BAY 第一課 訂機票 | 029

STEP 5「旅遊小錦囊」

幾月去越南旅遊最適合？哪裡可以兌換越南盾？每課都用一篇越中對照的短文，介紹到越南旅遊前的注意事項或文化異同。

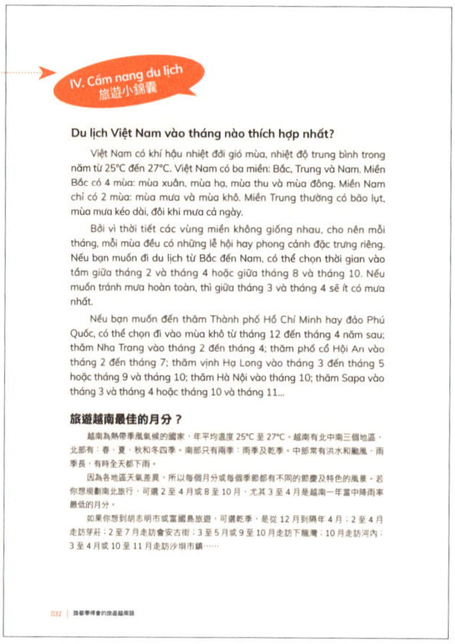
IV. Cẩm nang du lịch
旅遊小錦囊

Du lịch Việt Nam vào tháng nào thích hợp nhất?

Việt Nam có khí hậu nhiệt đới gió mùa, nhiệt độ trung bình trong năm từ 25°C đến 27°C. Việt Nam có ba miền: Bắc, Trung và Nam. Miền Bắc có 4 mùa: mùa xuân, mùa hạ, mùa thu và mùa đông. Miền Nam chỉ có 2 mùa: mùa mưa và mùa khô. Miền Trung thường có bão lụt, mùa mưa kéo dài, đôi khi mưa cả ngày.

Bởi vì thời tiết các vùng miền không giống nhau, cho nên mỗi tháng, mỗi mùa đều có những lễ hội hay phong cảnh đặc trưng riêng. Nếu bạn muốn đi du lịch từ Bắc đến Nam, có thể chọn thời gian vào tầm giữa tháng 2 và tháng 4 hoặc giữa tháng 8 và tháng 10. Nếu muốn tránh mưa hoàn toàn, thì giữa tháng 3 và tháng 4 sẽ ít có mưa nhất.

Nếu bạn muốn đến thăm Thành phố Hồ Chí Minh hay đảo Phú Quốc, có thể chọn đi vào mùa khô từ tháng 12 đến tháng 4 năm sau; thăm Nha Trang vào tháng 2 đến tháng 4; thăm phố cổ Hội An vào tháng 2 đến tháng 7; thăm vịnh Hạ Long vào tháng 3 đến tháng 5 hoặc tháng 9 và tháng 10; thăm Hà Nội vào tháng 10; thăm Sapa vào tháng 3 và tháng 4 hoặc tháng 10 và tháng 11...

旅遊越南最佳的月分？

越南為熱帶季風氣候的國家，年平均溫度 25°C 至 27°C。越南有北中南三個地區，北部有：春、夏、秋和冬四季。南部只有兩季：雨季及乾季。中部常有洪水和颱風，雨季長，有時全天都下雨。

因為各地區天氣差異，所以每個月分或每個季節都有不同的節慶及特色的風景。若你想規劃南北旅行，可選 2 至 4 月或 8 至 10 月，尤其 3 至 4 月是越南一年當中降雨率最低的月分。

如果你想到胡志明市或富國島旅遊，可選乾季，是從 12 月到隔年 4 月；2 至 4 月走訪芽莊；2 至 7 月走訪會安古街；3 至 5 月或 9 至 10 月走訪下龍灣；10 月走訪河內；3 至 4 月或 10 至 11 月走訪沙壩市鎮……

032 | 誰都學得會的旅遊越南語

STEP 6「延伸學習」

從越南當地小吃、著名手工藝品，到緊急求助電話、醫療機構，針對每課不同主題，幫您補充實用的旅遊詞彙與知識。

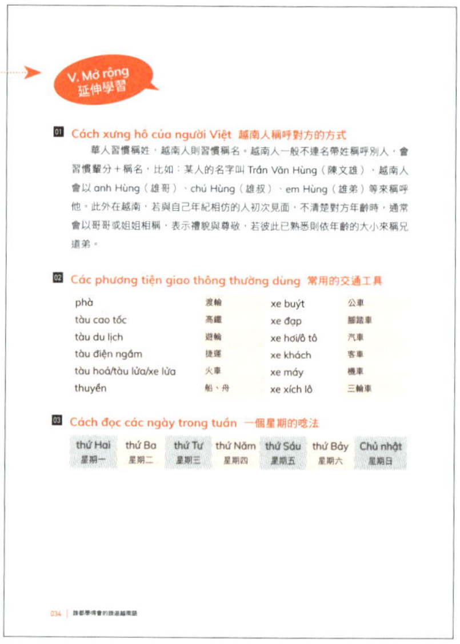
V. Mở rộng
延伸學習

01 Cách xưng hô của người Việt 越南人稱呼對方的方式

華人習慣稱姓，越南人則習慣稱名。越南人一般不連名帶姓稱呼別人，會習慣輩分＋稱名，比如：某人的名字叫 Trần Văn Hùng（陳文雄），越南人會以 anh Hùng（雄哥）、chú Hùng（雄叔）、em Hùng（雄弟）等來稱呼他。此外在越南，若與自己年紀相仿的人初次見面，不清楚對方年齡時，通常會以哥哥或姐姐相稱，表示禮貌與尊敬，若彼此已熟悉則依年齡的大小來稱兄道弟。

02 Các phương tiện giao thông thường dùng 常用的交通工具

phà	渡輪	xe buýt	公車
tàu cao tốc	高鐵	xe đạp	腳踏車
tàu du lịch	遊輪	xe hơi/ô tô	汽車
tàu điện ngầm	捷運	xe khách	客車
tàu hoả/tàu lửa/xe lửa	火車	xe máy	機車
thuyền	船、舟	xe xích lô	三輪車

03 Cách đọc các ngày trong tuần 一個星期的唸法

thứ Hai	thứ Ba	thứ Tư	thứ Năm	thứ Sáu	thứ Bảy	Chủ nhật
星期一	星期二	星期三	星期四	星期五	星期六	星期日

034 | 誰都學得會的旅遊越南語

如何掃描 QR Code 下載音檔

1. 以手機內建的相機或是掃描 QR Code 的 App 掃描封面的 QR Code。
2. 點選「雲端硬碟」的連結之後，進入音檔清單畫面，接著點選畫面右上角的「三個點」。
3. 點選「新增至「已加星號」專區」一欄，星星即會變成黃色或黑色，代表加入成功。
4. 開啟電腦，打開您的「雲端硬碟」網頁，點選左側欄位的「已加星號」。
5. 選擇該音檔資料夾，點滑鼠右鍵，選擇「下載」，即可將音檔存入電腦。

目次

● 推薦序 002

推薦序一：學習語言，也學習文化

推薦序二：旅遊、出差皆適用的越南語教材

推薦序三：旅遊越南的必備良伴

推薦序四：Đôi lời suy nghĩ về quyển sách

● 作者序 007

● 如何使用本書 008

GIỚI THIỆU CHUNG VỀ TIẾNG VIỆT 017

越南語簡介

1. Bảng chữ cái

字母表

2. Nguyên âm: 12 nguyên âm đơn; 3 nguyên âm đôi

元音（母音）：12 個單元音（單母音）；3 組雙元音（雙母音）

3. Phụ âm : 17 phụ âm đơn; 11 phụ âm ghép

輔音（子音）：17 個單輔音（單子音）；11 個複合輔音（複合子音）

4. Thanh điệu

聲調

5. Chữ/tiếng (âm tiết) và các yếu tố tạo thành

字（音節）及構成元素

Bài 1 ĐẶT VÉ MÁY BAY 021
訂機票

1. Hội thoại 會話
2. Luyện tập 練習
3. Chú thích ngữ pháp 語法解說：a lô, ... xin nghe...; chào; nào; ạ, dạ, hả; bao nhiêu; từ... đi...; hết... rồi, chỉ còn... thôi
4. Cẩm nang du lịch 旅遊小錦囊：旅遊越南最佳的月分？
5. Mở rộng 延伸學習：⑴越南人稱呼對方的方式　⑵常用的交通工具　⑶一個星期的唸法　⑷十二個月的唸法
6. Đáp án bài 1 第一課練習解答

Bài 2 ĐẶT PHÒNG KHÁCH SẠN 037
旅館訂房

1. Hội thoại 會話
2. Luyện tập 練習
3. Chú thích ngữ pháp 語法解說：vâng, dạ vâng; mấy; của; không; nhé; vui lòng cho...; ... thêm gì nữa không
4. Cẩm nang du lịch 旅遊小錦囊：小費文化
5. Mở rộng 延伸學習：⑴旅館、住宿種類　⑵房內設備　⑶房間號碼、門牌號碼及電話號碼的唸法
6. Đáp án bài 2 第二課練習解答

Bài 3 ĐỔI TIỀN 053
兌換錢幣

1. Hội thoại 會話
2. Luyện tập 練習

3. Chú thích ngữ pháp 語法解說：để; ở đâu; khoảng; có... không; nếu... thì...
4. Cẩm nang du lịch 旅遊小錦囊：哪裡可兌換越南盾？
5. Mở rộng 延伸學習：(1)數字「0-9」、「10-19」、「20-29」的唸法
(2)外幣的名稱及代碼
6. Đáp án bài 3 第三課練習解答

Bài 4 MUA SIM ĐIỆN THOẠI 069
買電話 SIM 卡

1. Hội thoại 會話
2. Luyện tập 練習
3. Chú thích ngữ pháp 語法解說：ơi; ở; đều; hay, hoặc; bao lâu
4. Cẩm nang du lịch 旅遊小錦囊：到越南旅遊，如何解決上網的問題？
5. Mở rộng 延伸學習：(1)數字「10-90」
(2)數字「21、91；24、94；25、95」
(3)數字「150、2,500、1,005」
(4)數字「100-1,000,000,000」的唸法
6. Đáp án bài 4 第四課練習解答

Bài 5 ĐI XE BUÝT 085
搭公車

1. Hội thoại 會話
2. Luyện tập 練習
3. Chú thích ngữ pháp 語法解說：bằng; đi; nhỉ; kìa; thôi; làm ơn...; xin gửi...
4. Cẩm nang du lịch 旅遊小錦囊：搭市內公車旅遊
5. Mở rộng 延伸學習：(1)河內及胡志明市公車票價
(2)河內及胡志明市公車路線圖網站
6. Đáp án bài 5 第五課練習解答

Bài 6 GỌI MÓN ĂN 101
點餐

1. Hội thoại 會話
2. Luyện tập 練習
3. Chú thích ngữ pháp 語法解說：vui lòng (làm ơn)...; còn; cho; dùng; đây ạ
4. Cẩm nang du lịch 旅遊小錦囊：越南飲食
5. Mở rộng 延伸學習：(1)當地小吃 (2)飲品 (3)沾醬和調味料
6. Đáp án bài 6 第六課練習解答

Bài 7 MUA SẮM 115
購物

1. Hội thoại 會話
2. Luyện tập 練習
3. Chú thích ngữ pháp 語法解說：đây, này; kia, đấy, đó; đằng kia; xem; đôi; không... đâu
4. Cẩm nang du lịch 旅遊小錦囊：購物與殺價
5. Mở rộng 延伸學習：(1)穿著 (2)顏色
6. Đáp án bài 7 第七課練習解答

Bài 8 CHỌN QUÀ TẶNG 129
選伴手禮

1. Hội thoại 會話
2. Luyện tập 練習
3. Chú thích ngữ pháp 語法解說：quá, lắm, rất; nghe nói; cũng; một ít
4. Cẩm nang du lịch 旅遊小錦囊：到書店尋寶
5. Mở rộng 延伸學習：(1)越南最有特色的手工藝品 (2)越南的水果
6. Đáp án bài 8 第八課練習解答

Bài 9 THAM QUAN 145
參觀

1. Hội thoại 會話
2. Luyện tập 練習
3. Chú thích ngữ pháp 語法解說：sẽ; đâu; nhất
4. Cẩm nang du lịch 旅遊小錦囊：夜間花市
5. Mở rộng 延伸學習：⑴越南世界遺產 ⑵河內著名景點 ⑶胡志明市著名景點
6. Đáp án bài 9 第九課練習解答

Bài 10 HỎI ĐƯỜNG 163
問路

1. Hội thoại 會話
2. Luyện tập 練習
3. Chú thích ngữ pháp 語法解說：xin lỗi; chừng, độ chừng; khoảng, khoảng chừng; rẽ, quẹo; thêm... nữa
4. Cẩm nang du lịch 旅遊小錦囊：觀賞水上木偶戲
5. Mở rộng 延伸學習：⑴指位置與方向的詞語 ⑵越南全年最重要節慶
6. Đáp án bài 10 第十課練習解答

Bài 11 KHÁM BỆNH 177
看病

1. Hội thoại 會話
2. Luyện tập 練習
3. Chú thích ngữ pháp 語法解說：bị, được; bị làm sao; thấy; hơi; vài
4. Cẩm nang du lịch 旅遊小錦囊：越南旅遊的健康照護
5. Mở rộng 延伸學習：⑴醫療機構與醫療人員 ⑵身體部位 ⑶越南人常用的藥物
6. Đáp án bài 11 第十一課練習解答

Bài 12 **NHỜ GIÚP ĐỠ** 193
請求協助

1. Hội thoại 會話
2. Luyện tập 練習
3. Chú thích ngữ pháp 語法解說：được không; làm thế nào, làm sao; mất; với
4. Cẩm nang du lịch 旅遊小錦囊：在越南須知的相關單位及電話號碼
5. Mở rộng 延伸學習：(1)相關行政單位名稱　(2)出入境常用的詞語
6. Đáp án bài 12 第十二課練習解答

PHỤ LỤC 209
附錄

Phụ lục 1: Các đại từ nhân xưng thường dùng trong tiếng Việt 209
附錄 1：越南語常用之人稱代名詞
Phụ lục 2: Bảng từ vựng Việt-Hoa 212
附錄 2：越 - 華辭彙索引
Phụ lục 3: Bảng danh từ riêng Việt-Hoa 232
附錄 3：越 - 華專有名詞索引

GIỚI THIỆU CHUNG VỀ TIẾNG VIỆT
越南語簡介

Bảng chữ cái 字母表

Viết in hoa 印刷體大寫

A	Ă	Â	B	C	D	Đ	E	Ê	G
H	I	K	L	M	N	O	Ô	Ơ	P
Q	R	S	T	U	Ư	V	X	Y	

Viết in thường 印刷體小寫

a	ă	â	b	c	d	đ	e	ê	g
h	i	k	l	m	n	o	ô	ơ	p
q	r	s	t	u	ư	v	x	y	

Nguyên âm 元音（母音）

12 nguyên âm đơn 12 個單元音（單母音）

a	ă	â
e	ê	
i	y	
o	ô	ơ
u	ư	

3 nguyên âm đôi 3 組雙元音（雙母音）

iê	yê	ia	ya
uô	ua		
ươ	ưa		

Phụ âm 輔音（子音）

17 phụ âm đơn 17 個單輔音（單子音）

b	c	d	đ	g	h	k	l		
m	n	p	q	r	s	t	v	x	

11 phụ âm ghép 11 個複合輔音（複合子音）

ch		
gh	gi	
kh		
ng	ngh	nh
ph	qu	
th	tr	

Thanh điệu 聲調

Tên gọi 名稱	ngang 平聲	huyền 玄聲	sắc 鋭聲	hỏi 問聲	ngã 跌聲	nặng 重聲
Ký hiệu 標記	無標記	`	´	ˀ	~	.
Ví dụ 舉例	la ma	là mà	lá má	lả mả	lã mã	lạ mạ

Chữ/tiếng (âm tiết) và các yếu tố tạo thành
字（音節）及構成元素

<table>
<tr><td colspan="4">thanh điệu
聲調</td></tr>
<tr><td rowspan="2">âm đầu
聲母輔音
（單輔音／複合輔音）</td><td colspan="3">vần
韻母</td></tr>
<tr><td>âm đệm
介音
（o 或 u）</td><td>âm chính
主要元音（單元音／雙元音）</td><td>âm cuối
韻尾（半元音／單輔音／複合輔音）</td></tr>
</table>

舉例 1：toán（數學）

<table>
<tr><td colspan="4">´</td></tr>
<tr><td rowspan="2">t</td><td colspan="3">oan</td></tr>
<tr><td>o</td><td>a</td><td>n</td></tr>
</table>

舉例 2：thuyền（船）

<table>
<tr><td colspan="4">ˋ</td></tr>
<tr><td rowspan="2">th</td><td colspan="3">uyên</td></tr>
<tr><td>u</td><td>yê</td><td>n</td></tr>
</table>

＊ Ghi chú 備註：

1. 通常越南語的字（音節）的構成元素共三部分：聲母輔音、韻母及聲調。所有的單輔音和複合輔音皆可當聲母；韻母部分包括介音、主要元音及韻尾。而在越南語的字（音節）中，主要元音和聲調是不可缺少的元素。

2. 關於韻母中的介音為「o」和「u」，「o」的位置在「a、ă、e」前面，如：loa（喇叭）、hoặc（或）、xoè（展開）；「u」的位置在「y/i、ê、ơ、â」前面，如：tuy（雖）／vui（喜悅）、(hoa) huệ（晚香玉）、thuở（時代／時候）、xuân（春）；越南語的 12 個單元音和 3 組雙元音皆可作為主要元音；而韻尾部分由「p、t、c、ch、m、n、ng、nh」等 8 個單輔音及複合輔音再加 4 個元音（半元音）「i、 y、 o、 u」組成。

3. 不是所有越南語的字（音節）皆有聲母輔音，如：「ít（少）」這個字的構成元素只有韻母「it」（主要元音「i」＋韻尾「t」）和銳聲「ˊ」；也非所有的字（音節）中皆會有介音「o」或「u」，如：「đến（到）」這個字是無介音的，其構成元素為聲母輔音「đ」＋韻母「ên」（元音「ê」+ 韻尾「n」）及聲調「ˊ」。

BÀI 1 | 第一課

ĐẶT VÉ MÁY BAY

訂機票

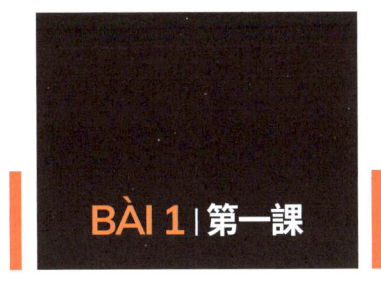

Nội dung chính 學習重點

- Đặt vé máy bay
- Chú thích ngữ pháp:
  + a lô, ... xin nghe...
  + chào
  + nào
  + ạ, dạ, hả
  + bao nhiêu
  + từ... đi...
  + hết... rồi, chỉ còn... thôi

BÀI 1 | 第一課

ĐẶT VÉ MÁY BAY
訂機票

I. Hội thoại 會話

Hải gọi điện thoại cho phòng vé để đặt vé máy bay.
海打電話到機票售票處訂機票。

Hội thoại 1 會話 1

▶ MP3-01

Nhân viên phòng vé: **A lô,** phòng vé **xin nghe.**

Hải: **Chào** chị. Tôi muốn đặt vé máy bay **từ** Hà Nội **đi** Huế.

Nhân viên phòng vé: Anh muốn đặt vé đi ngày **nào ạ**?

Hải: Chiều thứ Hai tuần sau.

Nhân viên phòng vé: **Dạ**, **hết** vé **từ** Hà Nội **đi** Huế vào buổi chiều **rồi ạ**, **chỉ còn** vé chuyến bay tối **thôi**.

Hải: Chuyến bay tối khởi hành lúc mấy giờ **hả** chị?

Nhân viên phòng vé: **Dạ**, khởi hành lúc 8 giờ tối.

Hải: Vậy tôi đặt vé chuyến (bay) tối cũng được.

售票員：喂，您好，售票處接聽。

海：妳好，我想訂從河內去順化的機票。

售票員：您想訂哪天的機票？

海：下星期一下午。

售票員：從河內到順化下午的機票售完了，只剩下晚班的機票而已。

海：晚班的飛機幾點起飛？

售票員：是晚上 8 點起飛。

海：那麼我訂晚班的機票也可以。

Từ vựng 詞彙

tôi 代	我
chị 代	妳、小姐、姐姐
anh 代	你、先生、哥哥
muốn 動	想
đặt 動	訂
vé 名	票
máy bay 名	飛機
ngày 名	日、天
chiều 名	下午
Hà Nội 專名	河內
Huế 專名	順化
thứ Hai 名	星期一
tuần sau 名	下週
chuyến (bay) 名	班（機）
tối 名	晚上
khởi hành 動	起飛、啟程
giờ 名	點、時
vậy 代	這樣、這麼
cũng 副	也
được 動	可以、能、得、行

Hội thoại 2 會話 2

▶ MP3-02

Nhân viên phòng vé Xin hỏi, anh đặt vé một chiều hay vé khứ hồi **ạ?**

Hải Tôi đặt vé khứ hồi. Vé khứ hồi **bao nhiêu** (tiền)?

Nhân viên phòng vé **Dạ**, tất cả là 2 triệu đồng.

Hải Cảm ơn chị!

Nhân viên phòng vé Không có gì!

售票員：請問，您訂單程還是來回票？

海：我訂來回票。來回票多少（錢）？

售票員：一共是 200 萬盾。

海：謝謝妳！

售票員：不客氣！

Từ vựng 詞彙

một chiều 名	單程
hay 連	或、還是
khứ hồi 動	來回
xin hỏi 動片	請問
tiền 名	錢
tất cả 代	全部、一共
là 動	是
triệu 名	百萬
đồng 名	盾
cảm ơn/cám ơn 動	謝謝

II. Luyện tập 練習

1. Nói 說一說

▶ MP3-03

(1)

Anh muốn đặt vé đi ngày nào ạ?	- Thứ Bảy tuần này. - Thứ Hai tuần sau.

(2)

Anh đặt vé một chiều hay vé khứ hồi ạ?	- Tôi đặt vé một chiều. - Tôi đặt vé khứ hồi.

(3)

Vé tàu hoả một chiều bao nhiêu (tiền)? Vé máy bay khứ hồi bao nhiêu (tiền)?	- 1 triệu đồng. - 5 triệu đồng.

2. Nghe 聽一聽

Nghe đoạn hội thoại giữa Hải và nhân viên phòng vé tại phòng bán vé tàu hoả, sau đó chọn câu trả lời đúng.

請聽海和售票員在火車站售票處的對話，並選出正確的答案。

▶ MP3-04

(1) Hải muốn mua?

a. vé tàu hoả
b. vé máy bay
c. vé xe khách

(2) Hải muốn đi đâu?

a. Nha Trang
b. Đà Lạt
c. Huế

(3) Hải mua vé?

a. một chiều
b. khứ hồi
c. cả hai đều đúng

3. Viết 寫一寫

(1) Dùng kết cấu "từ... đi..." để hoàn thành các câu sau đây.

請使用「從……到……」的句型完成以下的句子。

Ví dụ: (Thành phố Hồ Chí Minh, Huế)

→Tôi muốn đặt vé máy bay từ Thành phố Hồ Chí Minh đi Huế.

a. (Nha Trang, Đà Nẵng)

→ ____________________

b. (Quy Nhơn, Hà Nội)

→ ____________________

c. (Đài Loan, Việt Nam)

→ ____________________

(2) Dùng các từ trong ngoặc đơn để viết câu trả lời.

請使用括弧中的詞語寫出答句。

Ví dụ: Anh muốn đặt vé một chiều hay vé khứ hồi?

→Tôi muốn đặt vé khứ hồi. (khứ hồi)

a. Anh muốn đặt vé xe khách hay vé tàu hoả?

→ ____________________ (tàu hoả)

b. Chị muốn đi bằng tàu hoả hay đi bằng máy bay?

→ ____________________ (máy bay)

c. Cô muốn đi Hà Nội hay đi Thành phố Hồ Chí Minh?

→ ____________________ (Hà Nội)

(3) Dùng các từ trong ngoặc đơn để viết câu trả lời.

請使用括弧中的詞語寫出答句。

Ví dụ: Anh muốn đặt vé tàu hoả đi Huế vào ngày nào ạ?

→Tôi muốn đặt vé tàu hoả đi Huế vào sáng thứ Bảy tuần này.

(sáng thứ Bảy tuần này)

a. Anh muốn đặt vé máy bay đi Nha Trang vào ngày nào ạ?

→ ______________________ (chiều Chủ nhật tuần này)

b. Anh muốn đặt vé xe khách đi Vũng Tàu vào ngày nào ạ?

→ ______________________ (trưa thứ Ba tuần sau)

c. Anh muốn đặt vé tàu hỏa đi Đà Nẵng vào ngày nào ạ?

→ ______________________ (tối thứ Tư tuần sau)

(4) Dùng "bao nhiêu" để điền vào chỗ trống.

請將「多少」填入空白處。

Ví dụ: A: Vé xe khách đi Nha Trang một chiều bao nhiêu (tiền)?

B: Vé xe khách đi Nha Trang một chiều 250 nghìn đồng.

a. A: Vé tàu hoả đi Hà Nội khứ hồi ______________ (tiền)?

B: Vé tàu hoả đi Hà Nội khứ hồi 1 triệu đồng.

b. A: Vé máy bay đi Đà Nẵng khứ hồi ______________ (tiền)?

B: Vé máy bay đi Đà Nẵng khứ hồi 2 triệu đồng.

c. A: Vé xe khách đi Vũng Tàu một chiều ______________ (tiền)?

B: Vé xe khách đi Vũng Tàu một chiều 200 nghìn đồng.

III. Chú thích ngữ pháp 語法解說

01 a lô, ...xin nghe... 喂，……接聽……（喂，這裡是……）

Cách nói lịch sự của nhân viên phục vụ khi nhấc máy nghe điện thoại của khách hàng.
接聽電話的禮儀，是服務人員接聽顧客電話時，表示有禮貌的方式。

Ví dụ:

- A lô, khách sạn OO xin nghe...
  喂，您好，〇〇旅館（飯店）接聽……
- A lô, lễ tân xin nghe...
  喂，您好，服務台接聽……

02 chào 你好、您好、再見

Từ dùng để chào hỏi, bắt đầu cuộc nói chuyện hay chào tạm biệt, để tỏ lòng kính trọng, thân mật.
表示尊重、親切之詞，用於見面打招呼、開始談話或辭別時，是「你好」也是「再見」。

Ví dụ:

- Chào anh!
  先生，你好！
- Chào cô!
  小姐，妳好！

03 nào 哪

Đại từ nghi vấn đặt sau danh từ, dùng để hỏi điều cần xác định hoặc cần biết rõ sự lựa chọn của người đối diện.
疑問代名詞，放在名詞後方，用來詢問以確定或需要了解對方的選擇，相似華語的「哪」。

Ví dụ:

- A: Anh là người nước nào?
  你是哪國人？
- B: Tôi là người Đài Loan.
  我是台灣人。
- A: Anh muốn đặt vé ngày nào ạ?
  你想訂哪天的票？
- B: Chiều thứ Hai tuần sau.
  下星期一下午。

04 ạ, dạ, hả

ạ: Trợ từ tỏ ý kính trọng hoặc thân mật khi xưng hô trò chuyện, thường dùng ở cuối câu hoặc sau từ chỉ người nói chuyện với mình.
敬語助詞，用於句尾，或與自己談話的對象之稱謂的後面，表示尊敬或親切。

Ví dụ:

- Em chào cô ạ!
  老師您好！
- Anh muốn đặt vé đi đâu ạ?
  你想訂去哪裡的票？

dạ: Tiếng đáp lại, thường dùng ở đầu câu, để tỏ sự lễ phép khi gọi tên mình hay trò chuyện cùng đối phương là người lớn tuổi hơn mình.
嘆詞，用於句首，為「是的、好的」之意，或用來回應長輩，以表示禮貌。

Ví dụ:

- A: Chị có khoẻ không?
  妳（身體）好嗎？
- B: Dạ, tôi khoẻ. Cảm ơn anh!
  我（很）好，謝謝你！
- A: Anh muốn đặt vé đi ngày nào ạ?
  你想要訂哪天的票？

- B: Dạ, tôi muốn đặt vé vào chiều Chủ nhật tuần này.
  我想要訂這星期天下午的票。

hả: Trợ từ, dùng để hỏi rõ thêm về điều mà người nói còn đang nghi vấn, thường dùng trong khẩu ngữ.
助詞，常用於口語，相似華語的「到底」或「什麼」，有時當嘆詞用。

Ví dụ:

- A: Chuyến bay tối khởi hành lúc mấy giờ hả chị?
  小姐，晚上的班機幾點起飛呀？
- B: Dạ, lúc 8 (tám) giờ tối.
  是晚上 8 點。
- Hả, vé máy bay đi Thành phố Hồ Chí Minh bán hết rồi à?
  什麼，去胡志明市的機票售完了啊？

05 bao nhiêu 多少

Đại từ nghi vấn, dùng để hỏi về số lượng.
疑問代名詞，用來問某數量，相似華語的「多少」。

Ví dụ:

- Vé máy bay một chiều bao nhiêu tiền?
  單程的機票多少錢？
- Vé tàu hoả khứ hồi bao nhiêu tiền?
  來回的火車票多少錢？

06 từ... đi... 從……到（去）……

Ví dụ:

- Từ Nha Trang đi Hà Nội.
  從芽莊去河內。
- Từ Cao Hùng đi Thành phố Hồ Chí Minh.
  從高雄去胡志明市。

07 **hết... rồi, chỉ còn... thôi ...... 沒有了（完了），只剩下……而已**

Ví dụ:

- Hết vé khứ hồi rồi, chỉ còn vé một chiều thôi.
  來回票沒有了，只剩下單程票而已。
- Hết vé đi Nha Trang rồi, chỉ còn vé đi Huế thôi.
  去芽莊的票沒有了，只剩下去順化的票而已。

IV. Cẩm nang du lịch
旅遊小錦囊

Du lịch Việt Nam vào tháng nào thích hợp nhất?

Việt Nam có khí hậu nhiệt đới gió mùa, nhiệt độ trung bình trong năm từ 25°C đến 27°C. Việt Nam có ba miền: Bắc, Trung và Nam. Miền Bắc có 4 mùa: mùa xuân, mùa hạ, mùa thu và mùa đông. Miền Nam chỉ có 2 mùa: mùa mưa và mùa khô. Miền Trung thường có bão lụt, mùa mưa kéo dài, đôi khi mưa cả ngày.

Bởi vì thời tiết các vùng miền không giống nhau, cho nên mỗi tháng, mỗi mùa đều có những lễ hội hay phong cảnh đặc trưng riêng. Nếu bạn muốn đi du lịch từ Bắc đến Nam, có thể chọn thời gian vào tầm giữa tháng 2 và tháng 4 hoặc giữa tháng 8 và tháng 10. Nếu muốn tránh mưa hoàn toàn, thì giữa tháng 3 và tháng 4 sẽ ít có mưa nhất.

Nếu bạn muốn đến thăm Thành phố Hồ Chí Minh hay đảo Phú Quốc, có thể chọn đi vào mùa khô từ tháng 12 đến tháng 4 năm sau; thăm Nha Trang vào tháng 2 đến tháng 4; thăm phố cổ Hội An vào tháng 2 đến tháng 7; thăm vịnh Hạ Long vào tháng 3 đến tháng 5 hoặc tháng 9 và tháng 10; thăm Hà Nội vào tháng 10; thăm Sapa vào tháng 3 và tháng 4 hoặc tháng 10 và tháng 11...

旅遊越南最佳的月分？

越南為熱帶季風氣候的國家，年平均溫度 25°C 至 27°C。越南有北中南三個地區，北部有：春、夏、秋和冬四季。南部只有兩季：雨季及乾季。中部常有洪水和颱風，雨季長，有時全天都下雨。

因為各地區天氣差異，所以每個月分或每個季節都有不同的節慶及特色的風景。若你想規劃南北旅行，可選 2 至 4 月或 8 至 10 月，尤其 3 至 4 月是越南一年當中降雨率最低的月分。

如果你想到胡志明市或富國島旅遊，可選乾季，是從 12 月到隔年 4 月；2 至 4 月走訪芽莊；2 至 7 月走訪會安古街；3 至 5 月或 9 至 10 月走訪下龍灣；10 月走訪河內；3 至 4 月或 10 至 11 月走訪沙垻市鎮……

Từ vựng 詞彙

Việt Nam 專名	越南
khí hậu 名	氣候
nhiệt đới 名	熱帶
gió mùa 名	季風
nhiệt độ 名	溫度
trung bình 形	平均
miền Bắc 專名	北部
mùa xuân 名	春季
mùa hạ 名	夏季
mùa thu 名	秋季
mùa đông 名	冬季
miền Nam 專名	南部
mùa mưa 名	雨季
mùa khô 名	乾季
miền Trung 專名	中部
bão lụt 名	颱風、洪水
kéo dài 形	延長
năm sau 名	隔年、明年
du lịch 動	旅遊、旅行
ít 形	少、鮮少
nhất 副	最、之最
có thể 副	可以
chọn 動	選擇
thời tiết 名	天氣
bởi vì... cho nên... 連	因為……所以……
các 名	各
vùng 名	區域
giống nhau 形	相同
mỗi 量名	每
lễ hội 名	節慶
phong cảnh 名	風景
đặc trưng 形	特徵、特色
riêng 形	專有的、特有的
thời gian 名	時間
tầm 副	大約
giữa 介	之間、中間
tránh 動	避免
mưa 動	下雨
hoàn toàn 形	完全
Thành phố Hồ Chí Minh 專名	胡志明市
đảo Phú Quốc 專名	富國島
Nha Trang 專名	芽莊
phố cổ Hội An 專名	會安古街
vịnh Hạ Long 專名	下龍灣
Sapa 專名	沙垻市鎮

V. Mở rộng 延伸學習

01 Cách xưng hô của người Việt 越南人稱呼對方的方式

華人習慣稱姓，越南人則習慣稱名。越南人一般不連名帶姓稱呼別人，會習慣輩分＋稱名，比如：某人的名字叫 Trần Văn Hùng（陳文雄），越南人會以 anh Hùng（雄哥）、chú Hùng（雄叔）、em Hùng（雄弟）等來稱呼他。此外在越南，若與自己年紀相仿的人初次見面，不清楚對方年齡時，通常會以哥哥或姐姐相稱，表示禮貌與尊敬，若彼此已熟悉則依年齡的大小來稱兄道弟。

02 Các phương tiện giao thông thường dùng 常用的交通工具

phà	渡輪	xe buýt	公車
tàu cao tốc	高鐵	xe đạp	腳踏車
tàu du lịch	遊輪	xe hơi/ô tô	汽車
tàu điện ngầm	捷運	xe khách	客車
tàu hoả/tàu lửa/xe lửa	火車	xe máy	機車
thuyền	船、舟	xe xích lô	三輪車

03 Cách đọc các ngày trong tuần 一個星期的唸法

thứ Hai	thứ Ba	thứ Tư	thứ Năm	thứ Sáu	thứ Bảy	Chủ nhật
星期一	星期二	星期三	星期四	星期五	星期六	星期日

04 Cách đọc các tháng trong năm 十二個月的唸法

tháng Một 一月	tháng Tư 四月	tháng Bảy 七月	tháng Mười 十月
tháng Hai 二月	tháng Năm 五月	tháng Tám 八月	tháng Mười một 十一月
tháng Ba 三月	tháng Sáu 六月	tháng Chín 九月	tháng Mười hai 十二月

＊ Ghi chú 備註：越南語農曆正月叫做「tháng Giêng」、農曆臘月叫做「tháng Chạp」

Chúc thượng lộ bình an!
祝一路平安！

Đáp án bài 1 第一課練習解答

Luyện nghe 聽一聽

Hải: Chào chị, tôi muốn mua vé tàu hoả đi Nha Trang.
Nhân viên phòng vé: Anh muốn đi ngày nào ạ?
Hải: Chiều ngày mai.
Nhân viên phòng vé: Anh mua vé một chiều hay khứ hồi?
Hải: Tôi mua vé khứ hồi.
Nhân viên phòng vé: Xin anh chờ một lát. Vé của anh đây ạ.
Hải: Cám ơn chị.

海： 妳好，我想買去芽莊的火車票。
售票員： 你要哪天去？
海： 明天下午。
售票員： 你買單程還是來回票？
海： 我買來回票。
售票員： 請你稍等一下。這是你的票。
海： 謝謝妳。

答案：(1) a　(2) a　(3) b

Luyện viết 寫一寫

(1) a. Tôi muốn đặt vé máy bay từ Nha Trang đi Đà Nẵng.
b. Tôi muốn đặt vé máy bay từ Quy Nhơn đi Hà Nội.
c. Tôi muốn đặt vé máy bay từ Đài Loan đi Việt Nam.

(2) a. Tôi muốn đặt vé tàu hoả.
b. Tôi muốn đi bằng máy bay.
c. Tôi muốn đi Hà Nội.

(3) a. Tôi muốn đặt vé máy bay đi Nha Trang vào chiều Chủ nhật tuần này.
b. Tôi muốn đặt vé xe khách đi Vũng Tàu vào trưa thứ Ba tuần sau.
c. Tôi muốn đặt vé tàu hỏa đi Đà Nẵng vào tối thứ Tư tuần sau.

(4) a. Vé tàu hoả đi Hà Nội khứ hồi bao nhiêu (tiền)?
b. Vé máy bay đi Đà Nẵng khứ hồi bao nhiêu (tiền)?
c. Vé xe khách đi Vũng Tàu một chiều bao nhiêu (tiền)?

BÀI 2 | 第二課

ĐẶT PHÒNG KHÁCH SẠN

旅館訂房

Nội dung chính 學習重點

- Đặt phòng khách sạn
- Chú thích ngữ pháp:
  + vâng, dạ vâng
  + mấy
  + của
  + không
  + nhé
  + vui lòng cho...
  +... thêm gì nữa không

BÀI 2 | 第二課

ĐẶT PHÒNG KHÁCH SẠN
旅館訂房

I. Hội thoại 會話

Hải gọi điện thoại đến khách sạn Hoà Bình để đặt phòng.
海打電話到和平旅館訂房。

Hội thoại 1 會話 1

▶ MP3-05

Nhân viên lễ tân A lô, khách sạn Hoà Bình xin nghe.

Hải Chào cô. Tôi muốn đặt phòng.

Nhân viên lễ tân **Dạ vâng**, anh muốn đặt phòng vào ngày nào ạ?

Hải Tôi muốn đặt hai đêm vào ngày 2 và ngày 3 tháng 7.

Nhân viên lễ tân Anh đặt phòng cho bao nhiêu người ạ?

Hải Hai người.

Nhân viên lễ tân Anh muốn đặt **mấy** phòng ạ?

Hải Một phòng.

Nhân viên lễ tân Anh muốn phòng một giường đôi hay hai giường đơn ạ?

Hải Cô cho tôi phòng có hai giường đơn.

Nhân viên lễ tân **Vâng**, cảm ơn anh!

櫃台人員：喂，你好，和平旅館接聽。
海：妳好，我要訂房。
櫃台人員：好的，你想要訂哪一天？
海：我想訂 7 月 2 日和 3 日兩個晚上。
櫃台人員：請問有幾位要入住？
海：兩位。
櫃台人員：你想訂幾個房間？
海：一間。
櫃台人員：你要一張雙人床還是二張單人床的房間？
海：請給我二張單人床的房間。
櫃台人員：好的，感謝你！

Từ vựng 詞彙

phòng 名	房間、室
đêm 名	晚、夜
tháng 名	月
cho 動	給
người 名	人
giường đôi 名	雙人床
giường đơn 名	單人床
có 動	有

Hội thoại 2 會話 2

▶ MP3-06

Hải Xin hỏi, phòng hai giường đơn giá bao nhiêu (tiền) một đêm?

Nhân viên lễ tân Dạ, 850 nghìn đồng.
Vui lòng cho tôi xin số điện thoại của anh ạ.

Hải Số điện thoại của tôi là 076 723 5637.
Xin hỏi, **mấy** giờ tôi có thể nhận phòng?

Nhân viên lễ tân Sau 2 giờ chiều.

Hải Trả phòng trước **mấy** giờ?

Nhân viên lễ tân Dạ, trước 12 giờ trưa ngày hôm sau.
Anh còn hỏi **thêm gì nữa không** ạ?

Hải Không. Cám ơn cô!

海：請問，兩張單人床的房間一晚多少（錢）？
櫃台人員：是 85 萬盾。麻煩給我你的電話號碼。
海：我的電話號碼是 076 723 5637。
請問，我幾點可以入住？
櫃台人員：下午 2 點後。
海：幾點前要退房？
櫃台人員：隔天中午 12 點前。
你還有什麼問題需要詢問的嗎？
海：沒有了，謝謝妳！

Từ vựng 詞彙

giá 名	價錢、價格
số 名	號、號碼
điện thoại 名	電話、電話機
nhận (phòng) 動	入住（房）
sau 名介	後
trả (phòng) 動	退（房）
trước 名介	前
ngày hôm sau 名	隔天、隔日
hỏi 動	問、詢問
gì 疑代	什麼

Hội thoại 3 會話 3

▶ MP3-07

Nhân viên lễ tân: Xin lỗi, họ tên của anh là gì ạ?

Hải: Tôi tên là Hải, Nguyễn Văn Hải.

Nhân viên lễ tân: **Vui lòng cho** tôi mượn hộ chiếu của anh.

Hải: Hộ chiếu của tôi đây ạ.

Nhân viên lễ tân: Đây là thẻ (chìa khoá) phòng.
Phòng của anh là 508 **nhé**.

Hải: **Vâng**, cám ơn cô!

櫃台人員：不好意思，你貴姓大名？
海：我的名字是海，阮文海。
櫃台人員：你的護照煩請借給我。
海：這是我的護照。
櫃台人員：這是你的房卡。你的房間是 508 號喔。
海：謝謝妳！

Từ vựng 詞彙

họ tên 名	姓名	**hộ chiếu** 名	護照
mượn 動	借	**thẻ (chìa khoá) phòng** 名	房卡
Nguyễn Văn Hải 專名	阮文海		

II. Luyện tập 練習

1. Nói 說一說

(1) ▶ MP3-08

Phòng một giường đôi bao nhiêu (tiền) một đêm?	- Dạ, 700 nghìn đồng một đêm.
Phòng gia đình bao nhiêu (tiền) một đêm?	- Dạ, 1 triệu đồng một đêm.

(2)

Xin hỏi, mấy giờ tôi có thể nhận phòng?	- Dạ, sau 2 giờ chiều.
Xin hỏi, mấy giờ tôi có thể trả phòng?	- Dạ, trước 12 giờ trưa.

(3)

Xin lỗi, cô tên là gì ạ?	- Tôi tên là Thu.
Xin lỗi, họ tên của cô là gì ạ?	- Tôi tên là Trần Mai Thu.

2. Nghe 聽一聽

▶ MP3-09

Nghe đoạn hội thoại sau đây giữa Hải và nhân viên lễ tân khách sạn, sau đó chọn câu trả lời đúng.

請聽海和旅館櫃台人員的對話，並選出正確的答案。

(1) Khách sạn chỉ còn phòng?

a. phòng hai giường đơn
b. phòng một giường đôi
c. phòng gia đình

(2) Hải muốn nghỉ lại khách sạn mấy đêm?

a. một đêm
b. hai đêm
c. ba đêm

(3) Phòng một giường đôi bao nhiêu (tiền) một đêm?

a. 950.000 (chín trăm năm mươi nghìn) đồng
b. 850.000 (tám trăm năm mươi nghìn) đồng
c. 750.000 (bảy trăm năm mươi nghìn) đồng

3. Viết 寫一寫

(1) Dùng kết cấu "hết... rồi, chỉ còn... thôi" và những từ ngữ trong ngoặc đơn để đặt câu.

請使用「*沒有……了，只剩下……而已*」的句型以及括弧內的詞語造句。

Ví dụ: (phòng hai giường đơn, phòng một giường đôi)
→Hết phòng hai giường đơn rồi, chỉ còn phòng một giường đôi thôi.

a. (phòng tiêu chuẩn, phòng hạng sang)

→ ________________________________

b. (phòng gia đình, phòng tiêu chuẩn)

→ ________________________________

c. (phòng hạng sang, phòng gia đình)

→ ________________________________

(2) Dùng các từ trong ngoặc đơn để viết câu trả lời.

請使用括弧中的詞語寫出答句。

Ví dụ: Phòng tiêu chuẩn bao nhiêu (tiền) một đêm?

→Phòng tiêu chuẩn 750 nghìn đồng một đêm.

a. Phòng một giường đôi bao nhiêu (tiền) một đêm?

→ ____________________________ (850 nghìn đồng)

b. Phòng hai giường đơn bao nhiêu (tiền) một đêm?

→ ______________________________ (950 nghìn đồng)

c. Phòng gia đình bao nhiêu (tiền) một đêm?

→ ______________________________ (1 triệu đồng)

(3) Điền "mấy" hoặc "bao nhiêu" vào chỗ trống.

請將「幾」或「多少」填入空格中。

Ví dụ: Anh ở lại khách sạn mấy đêm ạ?

a. Phòng gia đình ______________ (tiền) một đêm?

b. Chị đặt phòng cho ______________ người?

c. Tàu chạy lúc ______________ giờ?

(4) Dùng các từ "mấy, bao nhiêu, không, nào" để đặt câu hỏi.

請使用「幾、多少、嗎、哪」來造問句。

Ví dụ: A: Chuyến bay khởi hành lúc mấy giờ?

B: Chuyến bay khởi hành lúc 2 giờ chiều.

a. A: ______________________________?

B: Phòng của tôi số 306.

b. A: ______________________________?

B: Không, chỉ còn phòng một giường đôi thôi.

c. A: ______________________________?

B: Anh Quang đi chuyến bay VN-759.

III. Chú thích ngữ pháp
語法解說

01 vâng, dạ vâng 是的、好的

Thán từ dùng để trả lời một cách lễ phép, tỏ ý ưng thuận hay cho là đúng.
嘆詞，有禮貌的回應，表示同意或認為是正確的。

Ví dụ:

- A: Anh tên là Nguyễn Văn Hải phải không ạ?
  你的名字是阮文海對嗎？
- B: Vâng.
  是的。
- A: Cô đặt một phòng có hai giường đơn phải không ạ?
  妳訂一間有兩張單人床的房間對嗎？
- B: Dạ vâng.
  是的。

02 mấy 幾

Đại từ nghi vấn, dùng để hỏi về số lượng mà người hỏi không hiểu rõ và cho rằng số lượng đó không nhiều.
疑問代名詞，用來問數量，發問者對該數量不清楚且認為應該是少的，相似華語的「幾」。

Ví dụ:

- Chị muốn mua mấy vé máy bay?
  妳想買幾張機票？
- Gia đình anh có mấy người?
  你的家庭有幾個人？

03 của 的

Liên từ, đứng sau trung tâm ngữ và trước định ngữ biểu thị quan hệ

sở hữu. Trong trường hợp nếu trung tâm ngữ là các thành viên trong gia đình, cơ quan đơn vị, các bộ phận trên thân thể thì “của” có thể giản lược.
連接詞，位於中心語的後面及定語前面，表示領屬關係，相似華語的「的」。若中心語指的是親屬、機構、身體部位，則「的」可省略。

Ví dụ:

- Vé máy bay của tôi.
  我的機票。
- Bố mẹ của tôi. (Bố mẹ tôi.)
  我的爸媽。（我爸媽。）

04 không 嗎

Trợ từ, dùng để hỏi đặt ở cuối câu, khác với phó từ “không” dùng để biểu thị ý phủ định.
助詞，位於句尾，表示疑問，相似華語的「嗎」。這個字有時也作副詞，是「不、無、沒有」的意思。

Ví dụ:

- Cô ấy biết nói tiếng Việt không?
  她會說越南語嗎？
- Cô ấy không biết nói tiếng Việt.
  她不會說越南語。

05 nhé 吧、喔

Trợ từ đặt ở cuối câu dùng để dặn dò, yêu cầu, giao hẹn.
助詞，位於句尾，用於叮嚀、請求、邀約或承諾等。

Ví dụ:

- Cô nhớ ra ga đúng giờ nhé!
  妳記得準時到火車站喔！
- Chúc bạn thượng lộ bình an nhé!
  祝你一路平安喔！

06 vui lòng cho... 煩請給⋯⋯

Câu nói mở đầu lịch sự tỏ ý muốn yêu cầu người đối diện phối hợp với mình hoặc cho phép làm một điều gì đó.
有禮貌地用來請求對方配合或允許進行某事。

Ví dụ:

- Vui lòng cho tôi xin số điện thoại của ông ạ.
  煩請給我您的電話號碼。
- Vui lòng cho tôi biết họ tên tiếng Việt của cô ạ.
  請給我妳越南語的姓名。

07 ... thêm gì nữa không 多（再）⋯⋯什麼（其他）嗎

Tổ hợp đặt sau động từ, muốn xác định người đối diện có muốn tiến hành hay muốn làm thêm một điều gì đó.
此組合放在動詞後方，以確認對方是否進行某事，或採取額外動作。

Ví dụ:

- Chị còn hỏi thêm gì nữa không?
  妳還有多問什麼嗎？（妳還有什麼要問的嗎？）
- Anh còn mua thêm gì nữa không?
  你還要再買什麼嗎？（你還要再買其他的嗎？）

Chúc thật nhiều may mắn!
祝好運！

IV. Cẩm nang du lịch
旅遊小錦囊

Văn hóa tiền boa

"Tiền boa" (tiếng Pháp: pourboire) hay còn gọi là "tiền tip", là một khoản tiền nhỏ nằm ngoài hóa đơn mà người được phục vụ đặc biệt dành tặng cho người đã phục vụ mình, dùng để cảm ơn về cách làm việc tốt của họ.

Việt Nam cũng như một số nước châu Á khác như: Nhật Bản, Hàn Quốc, Đài Loan... không có văn hóa tiền boa. Tuy vậy, vẫn có một số người Việt hào phóng, thường để lại tiền boa cho nhân viên phục vụ sau bữa ăn ở nhà hàng, hoặc khi ở khách sạn.

小費文化

「小費」（tiền boa，源自法文 pourboire，或又稱 tiền tip），是受服務者於應付帳單之外，特別給予服務者的一筆小錢，藉此對所提供之良好服務表達謝意。

越南與一些亞州國家如：日本、韓國、台灣等相同，無小費文化。但仍然有部分的越南人很大方，會在餐廳用餐後或住旅館、飯店時，給服務生留下小費。

Từ vựng 詞彙

văn hóa 名	文化	châu Á 專名	亞洲
tiền boa/tiền tip 名	小費	Nhật Bản 專名	日本
hóa đơn 名	帳單	Hàn Quốc 專名	韓國
người được phục vụ 名	受服務者	Đài Loan 專名	台灣
nhân viên phục vụ 名	服務生、服務者	tuy/tuy vậy 連	雖然
tặng 動	贈送、給予	vẫn 副	仍然
làm việc 動	工作	hào phóng 形	大方、慷慨
tốt 形	好、良好	để lại 動	留下
nước 名	國家	bữa ăn 名	餐
một số 量名	一些	hoặc 連	或

V. Mở rộng 延伸學習

01 Các loại nhà trọ, khách sạn 旅館、住宿種類

khu nghỉ dưỡng/resort	度假中心	nhà nghỉ	旅社
motel	汽車旅館	nhà trọ/homestay	民宿
nhà gỗ/bungalow	平房、小木屋		

02 Tiện nghi trong phòng 房內設備

ấm điện	電熱水壺	giấy vệ sinh	衛生紙
bàn chải đánh răng	牙刷	kem đánh răng	牙膏
bình/máy nước nóng	熱水器	khăn tắm	浴巾
bồn tắm	浴缸	lược chải tóc	梳子
buồng tắm đứng	沐浴室	máy sấy tóc	吹風機
dép lê	拖鞋	truyền hình/ti vi	電視
điện thoại	電話	tủ lạnh minibar	小冰箱
điều hòa/máy lạnh	空調	WI-FI	無線網路

03 Cách đọc số phòng, số nhà và số điện thoại
房間號碼、門牌號碼及電話號碼的唸法

số phòng 房號	305	ba lẻ năm/ba linh năm/ba không năm
số nhà 門牌號碼	205	hai trăm lẻ năm/hai lẻ năm hai trăm linh năm/hai linh năm
số điện thoại 電話號碼	+84-28-3609915	tám-bốn-hai-tám-ba-sáu-không-chín-chín-một-năm

Đáp án bài 2 第二課練習解答

Luyện nghe 聽一聽

Hải: Chào cô, tôi muốn đặt một phòng hai giường đơn ạ.
Nhân viên lễ tân: Dạ, phòng hai giường đơn hết rồi ạ, chỉ còn phòng một giường đôi thôi.
Hải: Phòng một giường đôi giá bao nhiêu (tiền) một đêm?
Nhân viên lễ tân: 950 nghìn (đồng) một đêm.
Hải: Thế tôi đặt phòng một giường đôi cũng được.
Nhân viên lễ tân: Anh nghỉ lại khách sạn của chúng tôi mấy đêm ạ?
Hải: Một đêm.

海： 妳好，我想訂一間兩張單人床的房間。
櫃台人員： 兩張單人床的房間沒有了，只剩下一張雙人床的房間而已。
海： 一張雙人床的房間一晚多少（錢）？
櫃台人員： 一晚 95 萬盾。
海： 那麼我訂一張雙人床的房間也可以。
櫃台人員： 你會住在我們的旅館幾晚？
海： 一晚。

答案：(1) b (2) a (3) a

Luyện viết 寫一寫

(1) a. Hết phòng tiêu chuẩn rồi, chỉ còn phòng hạng sang thôi.
b. Hết phòng gia đình rồi, chỉ còn phòng tiêu chuẩn thôi.
c. Hết phòng hạng sang rồi, chỉ còn phòng gia đình thôi.

(2) a. Phòng một giường đôi 850 nghìn đồng một đêm.
b. Phòng hai giường đơn 950 nghìn đồng một đêm.
c. Phòng gia đình 1 triệu đồng một đêm

(3) a. Phòng gia đình bao nhiêu (tiền) một đêm?
b. Chị đặt phòng cho bao nhiêu người?
或 Chị đặt phòng cho mấy người?
c. Tàu chạy lúc mấy giờ?

(4) a. Phòng của anh số bao nhiêu?
b. Xin hỏi, còn phòng hai giường đơn không?
c. Anh Quang đi chuyến bay nào?

BÀI 3 | 第三課

ĐỔI TIỀN

兌換錢幣

Nội dung chính 學習重點

- Đổi tiền
- Chú thích ngữ pháp:
  + để
  + ở đâu
  + khoảng
  + có... không
  + nếu... thì...

BÀI 3 | 第三課

ĐỔI TIỀN
兌換錢幣

I. Hội thoại 會話

Thu và Hải nói chuyện với nhau về việc đổi tiền.
秋和海聊有關 兌換錢幣的話題。

Hội thoại 1 **會話 1**

▶ MP3-10

Thu Anh Hải ơi, tuần sau tôi sẽ đi Việt Nam du lịch.
Anh biết tại Đài Loan **ở đâu có** đổi tiền Việt Nam **không**?

Hải Chị đến ngân hàng Đài Loan **để** đổi.

Thu Một Đài tệ đổi được bao nhiêu đồng Việt Nam?

Hải Hiện nay, một Đài tệ đổi được **khoảng** 800 (tám trăm) đồng Việt Nam.

秋：海哥，下星期我會去越南旅遊。

你知道在台灣，哪裡有兌換越南盾嗎？

海：妳可以到台灣銀行兌換。

秋：一元新台幣可以兌換多少越南盾？

海：目前，一元新台幣可以兌換約 800 越南盾。

Từ vựng 詞彙

biết 動	知道	**hiện nay** 名	目前
đổi 動	換	**khoảng** 名	大約
đến 動	到、來	**Đài tệ (TWD)** 專名	新台幣
ngân hàng 名	銀行	**đồng Việt Nam (VND)** 專名	越南盾

Hội thoại 2 會話 2

▶ MP3-11

Thu Anh Hải ơi, **nếu** đến Việt Nam rồi **thì** tôi đổi tiền **ở đâu**?

Hải Chị có thể đổi đô la Mỹ và Đài tệ tại sân bay hoặc ngân hàng.

Thu Một đô la Mỹ đổi được bao nhiêu đồng Việt Nam?

Hải **Khoảng** 23.000 (hai mươi ba nghìn) đồng.

秋：海哥，如果到越南了，我就可以在哪裡換錢？

海：妳可以在機場或銀行兌換美元和新台幣。

秋：一美元可以兌換多少越南盾？

海：約 23,000 盾。

Từ vựng 詞彙

ở/tại 介	在	**nghìn/ngàn** 名	千
sân bay 名	機場	**đô la Mỹ (USD)** 專名	美元

Hội thoại 3 會話 3

▶ MP3-12

Nhân viên quầy đổi tiền Chào chị!

Thu Chào anh! Tôi muốn đổi tiền.

Nhân viên quầy đổi tiền Dạ, chị muốn đổi bao nhiêu (tiền) ạ?

Thu 100 (một trăm) đô la Mỹ. 1 (một) đô la Mỹ đổi được bao nhiêu đồng Việt Nam?

Nhân viên quầy đổi tiền Dạ, 23.240 (hai mươi ba nghìn hai trăm bốn mươi) đồng ạ. Đây là tiền của chị, tất cả là 2.324.000 (hai triệu ba trăm hai mươi bốn nghìn) đồng.

Thu Cám ơn anh!

櫃台人員：妳好！

秋：你好！我要換錢。

櫃台人員：請問妳要兌換多少（錢）？

秋：100 美元。1 美元可以兌換多少越南盾？

櫃台人員：23,240 盾。這是妳的錢，共 2,324,000 盾。

秋：謝謝你！

II. Luyện tập 練習

1. Nói 說一說

▶ MP3-13

(1)

Nếu	có	tiền vé tàu thời gian	thì	tôi anh ấy cô ấy	sẽ	đi du lịch. đi Hà Nội. học tiếng Việt.

(2)

Xin hỏi, quầy đổi tiền ở đâu ạ?	- Quầy đổi tiền ở đằng kia. - Quầy đổi tiền ở trong sân bay. - Quầy đổi tiền ở trong chợ.

(3)

Một	Đài tệ đô la Mỹ bảng Anh	đổi được bao nhiêu đồng Việt Nam?	- Khoảng 800 đồng. 23.000 đồng. 29.000 đồng.

2. Nghe 聽一聽

▶ MP3-14

Nghe đoạn hội thoại giữa Hải và nhân viên ngân hàng, sau đó chọn câu trả lời đúng.

請聽海和銀行人員的對話，並選出正確的答案。

(1) Hải muốn đổi tiền gì?

a. đô la Mỹ
b. Đài tệ
c. đồng Việt Nam

(2) Hải muốn đổi bao nhiêu đô la Mỹ?

a. 100 (một trăm) đô la Mỹ
b. 200 (hai trăm) đô la Mỹ
c. 300 (ba trăm) đô la Mỹ

(3) **Một đô la Mỹ đổi được bao nhiêu đồng Việt Nam?**

a. 23.240 (hai mươi ba nghìn hai trăm bốn mươi) đồng
b. 24.240 (hai mươi bốn nghìn hai trăm bốn mươi) đồng
c. 25.240 (hai mươi lăm nghìn hai trăm bốn mươi) đồng

3. Viết 寫一寫

(1) Sử dụng kết cấu "nếu... thì..." và các động từ "học, đổi, đi, đặt" để hoàn thành các câu sau đây.

請使用「如果……就……」的句型，以及已提供的動詞「學、換、去、訂」完成句子。

Ví dụ 1: (thời gian, tiếng Việt)
→Nếu có thời gian thì chúng tôi sẽ học tiếng Việt.

a. (vé máy bay, Hà Nội)

→ ______________________________

b. (tiền, du lịch)

→ ______________________________

Ví dụ 2: (tiền Việt, tiền Đài)
→Nếu không có tiền Việt thì chúng tôi sẽ đổi tiền Đài.

c. (vé khứ hồi, vé một chiều)

→ ______________________________

d. (phòng gia đình, phòng tiêu chuẩn)

→ ______________________________

(2) Hoàn thành các câu trả lời sau đây.

請完成以下答句。

Ví dụ: A: Một Đài tệ đổi được khoảng bao nhiêu đồng Việt Nam?

B: Một Đài tệ đổi được khoảng 800 đồng Việt Nam.

a. A: Một đô la Mỹ đổi được khoảng bao nhiêu đồng Việt Nam?

B: ________________ (hai mươi ba nghìn)

b. A: Một bảng Anh đổi được khoảng bao nhiêu đồng Việt Nam?

B: ________________ (ba mươi nghìn)

c. A: Một yên Nhật đổi được khoảng bao nhiêu đồng Việt Nam?

B: ________________ (hai trăm hai mươi)

(3) Sử dụng kết cấu "có... không" và dựa theo tình hình thực tế dùng "có" hoặc "không có" để trả lời các câu hỏi sau.

請使用「有……嗎」的句型，並依據實際的情況以「有」或「沒有」回答下面的問句。

Ví dụ: A: Ở ngân hàng Đài Loan có đổi tiền Việt Nam không?

B: Có. Ở ngân hàng Đài Loan có đổi tiền Việt Nam.

a. A: Ở sân bay có quầy đổi tiền không?

B: ________________

b. A: Ở ga Sài Gòn có bán vé tàu hoả đi Đà Lạt không?

B: ________________

c. A: Ở ngân hàng có đổi đô la Mỹ không?

B: ________________

(4) Dựa theo câu trả lời để đặt câu hỏi.

請依照提示造問句。

Ví dụ: (đô la Mỹ)

A: Xin hỏi, đổi đô la Mỹ ở đâu ạ?

B: Đổi ở ngân hàng hoặc ở quầy đổi tiền trong sân bay.

a. (Đài tệ)

A: ______________________________?

B: Đổi ở ngân hàng hoặc ở quầy đổi tiền trong sân bay.

b. (bảng Anh)

A: ______________________________?

B: Đổi ở ngân hàng hoặc ở quầy đổi tiền trong sân bay.

c. (tiền Việt Nam)

A: ______________________________?

B: Đổi ở ngân hàng hoặc ở quầy đổi tiền trong sân bay.

III. Chú thích ngữ pháp 語法解說

01 để 是為了、是因為、讓、以

Giới từ, cần phân biệt với động từ "để".
介詞，相似華語的「是為了、是因為、讓、以」等。這個字有時也作動詞，是「放、放置」的意思。

Ví dụ:

- Tôi đến Việt Nam để học tiếng Việt.
  我來越南是為了學越南語。
- Tiền của tôi để ở trong ba lô.
  我的錢放在背包裡。

02 ở đâu 在哪裡

Dùng để hỏi địa điểm, nơi chốn; "ở đâu" kết hợp từ "ở" và đại từ nghi vấn "đâu", thường đặt sau một số động từ như: "làm việc, học, sống..."
「在哪裡」結合了介詞「在」與疑問代名詞「哪裡」，常放在「工作、學習、居住」等動詞後方，用來問地點、場所。

Ví dụ:

- Chị mua vé tàu hỏa ở đâu?
  妳在哪裡買火車票？
- Tôi có thể đổi Đài tệ ở đâu?
  我可以在哪裡換新台幣？

03 khoảng 大約、大概

Danh từ chỉ độ dài thời gian hay không gian theo ước lượng.
名詞，用來估計時間或空間，相似華語的「大約、大概、大致」等。

Ví dụ:

- Từ Đài Loan đến Việt Nam đi bằng máy bay khoảng 3 tiếng.
  從台灣到越南搭飛機大概 3 小時。

- Một Đài tệ đổi được khoảng 800 đồng Việt Nam.
  一元新台幣可以兌換大約 800 越南盾。

04 có... không/(có)... không 有……嗎；（有）……嗎

Kết cấu dùng để tạo câu nghi vấn "có... không", nếu ở phía sau từ "có" là tính từ hoặc động từ thì có thể giản lược.
此組合用來造疑問句「有……嗎」、「（有）……嗎」，若「有」的後面為形容詞或動詞，則可省略。

Ví dụ:

- Anh (có) khoẻ không?
  你（有）好嗎？
- Anh có tiền không?
  你有錢嗎？

05 nếu... thì... 如果（假如）……就……

Cặp liên từ biểu thị quan hệ điều kiện, kết quả.
此連接詞結構是用來表示兩者之間的假設與結果，相似華語的「如果……就……」、「假如……就……」。

Ví dụ:

- Nếu đi bằng xe lửa thì mất khoảng 12 tiếng.
  如果搭火車就要花大約 12 小時。
- Nếu có tiền thì tôi sẽ đi du lịch.
  假如有錢我就會去旅遊。

IV. Cẩm nang du lịch
旅遊小錦囊

Có thể đổi tiền Việt ở đâu?

Nếu có dự định đi Việt Nam du lịch hoặc du học, cần chuẩn bị trước một ít tiền Việt, bạn có thể đến ngân hàng Đài Loan để đổi.

Ngoài ra, sau khi đến Việt Nam, bạn cũng có thể đổi Đài tệ hay đô la Mỹ tại các quầy đổi tiền tại sân bay Nội Bài (Hà Nội) và sân bay Tân Sơn Nhất (Thành phố Hồ Chí Minh), hoặc tại các ngân hàng, trung tâm thu mua ngoại tệ hợp pháp.

Đơn vị tiền tệ Việt Nam là "đồng", ký hiệu trong nước là "đ", ký hiệu quốc tế là "VND". Tiền Việt Nam được in bằng chất liệu polymer. Tiền giấy được lưu hành hiện nay có mệnh giá 500đ, 1.000đ, 2.000đ, 5.000đ, 10.000đ, 20.000đ, 50.000đ, 100.000đ, 200.000đ và 500.000đ.

哪裡可兌換越南盾？

若有打算到越南旅遊或留學，需要事先準備一些越南盾，你可以到台灣銀行兌換。

此外，到越南之後，你也可以在河內內排機場或胡志明市新山一機場內的兌換外幣櫃台，或各家銀行、合法收購外幣機構兌換新台幣或美元。

越南貨幣單位為「盾」，國內標誌為「đ」，國際標誌為「VND」。越南盾材質為塑料，目前發行的塑鈔面額有 500 盾、1,000 盾、2,000 盾、5,000 盾、1 萬盾、2 萬盾、5 萬盾、10 萬盾、20 萬盾及 50 萬盾。

Từ vựng 詞彙

dự định 動	打算	đơn vị 名	單位
du học 動	遊學、留學	tiền tệ 名	錢幣、貨幣
chuẩn bị 動	準備	ký hiệu 名	標記、標誌
một ít 量名	一些	quốc tế 名	國際
sân bay Nội Bài 專名	內排機場	in 動	印、印製
sân bay Tân Sơn Nhất 專名	新山一機場	chất liệu 名	材質、質料
trung tâm 名	中心、機構	tiền giấy 名	紙鈔
thu mua 動	收購	lưu hành 動	流行、通行
ngoại tệ 名	外幣	mệnh giá 名	價值、面額
hợp pháp 形	合法		

Chúc vạn sự như ý!
祝萬事如意！

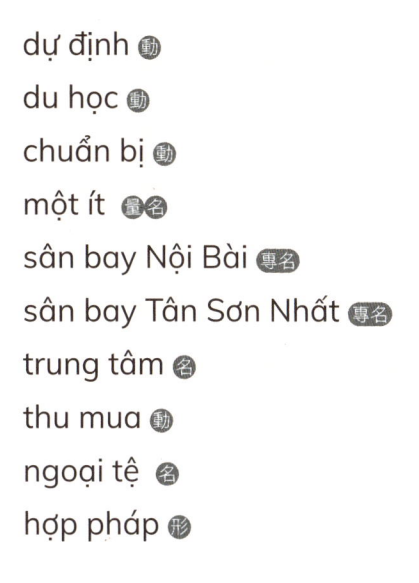

V. Mở rộng 延伸學習

01 Cách đọc các số "0-9", "10-19", "20-29" 數字「0-9」、「10-19」、「20-29」的唸法

Cách đọc các số "0-9" 數字「0-9」的唸法

0	1	2	3	4	5	6	7	8	9
không	một	hai	ba	bốn	năm	sáu	bảy	tám	chín

Cách đọc các số "10-19" 數字「10-19」的唸法

10	11	12	13	14	15	16	17	18	19
mười	mười một	mười hai	mười ba	mười bốn	mười lăm	mười sáu	mười bảy	mười tám	mười chín

Cách đọc các số "20-29" 數字「20-29」的唸法

20	21	22	23	24	25	26	27	28	29
hai mươi	hai mươi mốt	hai mươi hai	hai mươi ba	hai mươi bốn (tư)	hai mươi lăm	hai mươi sáu	hai mươi bảy	hai mươi tám	hai mươi chín

02 Tên và ký hiệu một số ngoại tệ 外幣的名稱及代碼

Bảng Anh (GBP)	英鎊	Euro (EUR)	歐元
Baht Thái Lan (THB)	泰銖	Nhân dân tệ (CNY)	人民幣
Đài tệ (TWD)	新台幣	Ringgit Malaysia (MYR)	馬來西亞令吉
Đô la Hồng Kông (HKD)	港幣	Won Hàn Quốc (KRW)	韓圓
Đô la Mỹ (USD)	美元	Yên Nhật (JPY)	日圓

Đáp án bài 3 第三課練習解答

Luyện nghe 聽一聽

Hải: Chị làm ơn cho em đổi tiền ạ.
Nhân viên ngân hàng: Em đổi tiền gì?
Hải: Đô la Mỹ ạ. Hiện nay, một đô la Mỹ đổi được bao nhiêu đồng Việt Nam hả chị?
Nhân viên ngân hàng: 23.240 (hai mươi ba nghìn hai trăm bốn mươi) đồng.
Hải: Em muốn đổi 200 (hai trăm) đô la Mỹ ạ.
Nhân viên ngân hàng: Tiền của em đây, tất cả là 4.648.000 (bốn triệu sáu trăm bốn mươi tám nghìn) đồng.
Hải: Em cám ơn chị!

海： 麻煩妳給我換錢。
銀行人員： 你換哪種錢幣？
海： 美元。目前一美元可以換多少越南盾？
銀行人員： 23,240 盾。
海： 我想換 200 美元。
銀行人員： 這是你換的錢，共 4,648,000 盾。
海： 感謝妳！

答案：(1) a (2) b (3) a

Luyện viết 寫一寫

(1) a. Nếu có vé máy bay thì tôi sẽ đi Hà Nội.
b. Nếu có tiền thì tôi sẽ đi du lịch.
c. Nếu không có vé khứ hồi thì chúng tôi sẽ đặt vé một chiều.
d. Nếu không có phòng gia đình thì chúng tôi sẽ đặt phòng tiêu chuẩn.

(2) a. Một đô la Mỹ đổi được khoảng 23 nghìn đồng Việt Nam.
b. Một bảng Anh đổi được khoảng 30 nghìn đồng Việt Nam.
c. Một yên Nhật đổi được khoảng 220 đồng Việt Nam.

(3) a. Có. Ở sân bay có quầy đổi tiền.
b. Không. Ở ga Sài Gòn không có bán vé tàu hoả đi Đà Lạt.
c. Có. Ở ngân hàng có đổi đô la Mỹ.

(4) a. Xin hỏi, đổi Đài tệ ở đâu ạ?

b. Xin hỏi, đổi bảng Anh ở đâu ạ?

c. Xin hỏi, đổi tiền Việt Nam ở đâu ạ?

BÀI 4 | 第四課

MUA SIM ĐIỆN THOẠI

買電話 SIM 卡

Nội dung chính 學習重點

- Mua SIM điện thoại
- Chú thích ngữ pháp:
  + ơi
  + ở
  + đều
  + hay, hoặc
  + bao lâu

BÀI 4 | **第四課**

MUA SIM ĐIỆN THOẠI
買電話 SIM 卡

I. Hội thoại 會話

Thu và Hải cùng trò chuyện với nhau về việc mua SIM điện thoại.
秋和海一起聊關於買電話 SIM 卡的話題。

Hội thoại 1 會話 1

▶ MP3-15

Hải Chị Thu **ơi**, tôi muốn mua một cái SIM (điện thoại).

Thu Anh có thể mua **ở** Đài Loan **hay** đến Việt Nam rồi mua cũng được.

Hải Nếu đã đến Việt Nam rồi thì tôi mua ở đâu?

Thu Ở sân bay Tân Sơn Nhất **hay** sân bay Nội Bài **đều** có bán.

Hải Có lên mạng được không?

Thu Dĩ nhiên là được.

海：秋姐，我想買一張電話 SIM 卡。

秋：你可以在台灣買或到越南後再買也可以。

海：如果已經到越南了，那麼我在哪裡買？

秋：新山一機場或內排機場都有賣。

海：可以上網嗎？

秋：當然可以。

Từ vựng 詞彙

cái 名	個、張	**rồi** 連 助	了
SIM điện thoại 名	電話 SIM 卡	**lên mạng** 動	上網
mua 動	買	**dĩ nhiên** 形	當然
bán 動	賣		

Hội thoại 2 會話 2

▶ MP3-16

Hải Chào chị! Tôi muốn mua một cái SIM (điện thoại).

Nhân viên bán hàng Anh muốn mua loại SIM nào?

Hải Tôi muốn mua loại SIM này, giá bao nhiêu?

Nhân viên bán hàng Dạ, 140 nghìn đồng.

Hải Thời hạn sử dụng là **bao lâu**?

Nhân viên bán hàng Dạ, một tháng ạ.

Hải Có lên mạng được không?

Nhân viên bán hàng Dạ, được ạ.

海：妳好！我要買一張電話 SIM 卡。
店員：你要買哪種電話 SIM 卡？
海：我想買這個 SIM 卡，多少錢？
店員：14 萬盾。
海：使用期限是多久？
店員：是一個月。
海：可以上網嗎？
店員：可以的。

Từ vựng 詞彙

loại 名	種、類、種類	**thời hạn** 名	期限
này 代	這	**sử dụng** 動	使用

Hội thoại 3 會話 3

▶ MP3-17

Hải Chào chị! Tôi muốn mua thẻ nạp (điện thoại).

Nhân viên bán hàng Có loại 20 nghìn, 50 nghìn và 100 nghìn đồng, anh muốn mua loại nào?

Hải Hôm nay có khuyến mãi không?

Nhân viên bán hàng Có, khuyến mãi 20% (hai mươi phần trăm) ạ.

Hải Vậy tôi mua loại 50 nghìn đồng.

Nhân viên bán hàng Dạ, thẻ nạp của anh đây ạ.

Hải Cám ơn chị!

海：妳好！我要買（電話）儲值卡。

店員：有 2 萬、5 萬和 10 萬盾，你要買哪一種？

海：今天有特價嗎？

店員：有，特價 20%（百分之二十）。

海：那我買 5 萬的。

店員：這是你的儲值卡。

海：謝謝妳！

Từ vựng 詞彙

thẻ nạp (điện thoại) 名	（電話）儲值卡	**khuyến mãi** 動	特價
hôm nay 名	今天	**phần trăm** 名	百分比

II. Luyện tập 練習

1. Nói 說一說

▶ MP3-18

(1)

Xin hỏi,	cửa hàng bán SIM điện thoại trạm xe buýt ngân hàng	ở đâu?	- Ở trong sân bay. - Ở trước cổng sân bay. - Ở bên cạnh khách sạn.

(2)

Anh	muốn mua loại SIM điện thoại muốn dùng loại cà phê muốn đổi loại tiền	nào?	- Tôi	muốn mua loại SIM điện thoại này. muốn dùng loại cà phê kia. muốn đổi tiền Việt.

(3)

Anh mua SIM điện thoại Chị mua SIM Mobifone Cô mua loại 20 nghìn	hay	thẻ nạp? SIM Viettel? 50 nghìn đồng?	- Tôi	mua thẻ nạp. mua SIM Viettel. mua loại 20 nghìn đồng.

2. Nghe 聽一聽

▶ MP3-19

Nghe đoạn hội thoại giữa Hải và nhân viên cửa hàng bán SIM điện thoại, sau đó chọn câu trả lời đúng.

請聽海和販售電話 SIM 卡店員的對話，並選出正確的答案。

(1) Hải muốn mua gì?

a. mua vé tàu
b. mua SIM điện thoại
c. mua cà phê

(2) Nhân viên bán hàng nói SIM điện thoại sử dụng được bao lâu?

a. một ngày
b. một tuần
c. một tháng

(3) Hải mua loại SIM điện thoại bao nhiêu tiền?

a. 100.000 (một trăm nghìn) đồng
b. 200.000 (hai trăm nghìn) đồng
c. 500.000 (năm trăm nghìn) đồng

3. Viết 寫一寫

(1) Dùng các từ cho sẵn trong ngoặc đơn để hoàn thành các mẩu đối thoại sau đây.

請使用括弧中的詞彙完成以下的對話。

Ví dụ: (cửa hàng bán SIM điện thoại, trong sân bay)

A: Xin hỏi, cửa hàng bán SIM điện thoại ở đâu ạ?

B: Cửa hàng bán SIM điện thoại ở trong sân bay.

a. (ngân hàng, bên cạnh khách sạn)

A: ______________________________?

B: ______________________________.

b. (quán phở 24, sau nhà thờ Đức Bà)

A: ______________________________?

B: ______________________________.

c. (trạm xe buýt, trước cổng sân bay)

A: ______________________________?

B: ______________________________.

(2) Chọn từ "nào, bao lâu, bao nhiêu, ở đâu" thích hợp điền vào chỗ trống.

請選出正確的疑問代名詞「哪、多久、多少、在哪裡」並填入空格中。

Ví dụ:

A: Thời hạn sử dụng của SIM điện thoại này là bao lâu?

B: Thời hạn sử dụng của SIM điện thoại này là một tháng.

a.

A: Thẻ nạp này ______________ tiền?

B: Thẻ nạp này 20 nghìn đồng.

b.

A: Anh ấy đi du lịch ______________?

B: Anh ấy đi du lịch ở Việt Nam.

c.

A: Cô muốn mua loại SIM điện thoại ______________?

B: Tôi muốn mua loại SIM điện thoại có thể lên mạng.

(3) Dùng "đều được" hoàn thành mẩu đối thoại.

請使用「*都可以、都行、都好*」完成對話。

Ví dụ: (xe buýt, taxi)

A: Cô muốn đi bằng xe buýt hay taxi?

B: Đi bằng xe buýt hay taxi đều được.

a. (Đài tệ, đô la Mỹ)

A: ______________________________?

B: ______________________________.

b. (SIM Mobilfone, SIM Vinaphone)

A: ______________________________?

B: ______________________________.

c. (loại thẻ nạp 20 nghìn đồng, loại thẻ nạp 50 nghìn đồng)

A: ______________________________?

B: ______________________________.

III. Chú thích ngữ pháp 語法解說

01 ơi 啊、喂、嘿

Thán từ, dùng để kêu, gọi một cách thân mật thường đặt sau đại từ nhân xưng ngôi thứ hai, hoặc dùng để đáp lại tiếng gọi của người ngang hàng hay người nhỏ tuổi hơn mình.
嘆詞，通常放在第二人稱代名詞單數或多數後方，以親切的方式呼叫引起對方的注意，或用來回應平輩或晚輩。

Ví dụ:

- Chị Thu ơi!
  秋姐啊！
- Ơi, tôi đây.
  嘿，我在這裡。

02 ở 在

Giới từ, chỉ vị trí, địa điểm hoặc phương hướng.
介詞，指位置、地點或方向，相似華語的「在」。

Ví dụ:

- Chị học tiếng Việt ở đâu?
  妳在哪裡學越南語？
- Tôi học tiếng Việt ở trung tâm ngoại ngữ.
  我在外語中心學越南語。

03 đều 都、皆

Phó từ, biểu thị tính đồng nhất hay lặp đi lặp lại.
副詞，表示一致性或重複性，「概括全部」的意思，相似華語的「都、皆」。

Ví dụ:

- Ở ngân hàng hay ở sân bay đều có đổi tiền.
  在銀行或在機場都有兌換錢幣。

- Ở sân bay Tân Sơn Nhất hay ở sân bay Nội Bài đều có bán SIM điện thoại.
  在新山一機場或在內排機場都有賣電話 SIM 卡。

04 hay, hoặc 還是、或

Liên từ, biểu thị quan hệ giữa hai hay nhiều điều được nói đến, có sự chọn lựa, có điều này thì không có điều kia và ngược lại, "hay" thường dùng trong câu hỏi, còn "hoặc" thì thường dùng trong câu khẳng định.
連接詞，表示要在所提到的兩者（含以上）之間做出選擇，有這個就沒有那個，反之亦然，而前者較常用於問句，後者較常用於肯定句，相似華語「還是、或」。

Ví dụ:

- Anh muốn mua SIM Vinaphone hay SIM Mobifone?
  你想買 SIM Vinaphone 還是 SIM Mobifone?
- Đi bằng máy bay hoặc đi bằng tàu hoả đều được.
  搭飛機或搭火車都可以。

05 bao lâu 多久

Đại từ nghi vấn, dùng để hỏi về khoảng thời gian dài hay ngắn.
疑問代名詞，用來詢問時間的長或短。

Ví dụ:

- Từ Đài Loan đi Việt Nam mất bao lâu?
  從台灣到越南要多久？
- Thời hạn sử dụng của SIM điện thoại này là bao lâu?
  這張電話 SIM 卡的使用期限是多久？

IV. Cẩm nang du lịch
旅遊小錦囊

Làm thế nào để giải quyết vấn đề lên mạng khi đến Việt Nam du lịch?

Phần lớn tại các khách sạn ở Việt Nam hiện nay đều có cung cấp WI-FI miễn phí để bạn lên mạng, nhưng nếu muốn sử dụng mạng khi đi ra ngoài, thì bạn có thể mua SIM điện thoại trước ở Đài Loan hay đến sân bay Việt Nam rồi mua đều được, hoặc cũng có thể mượn nhờ WI-FI của người khác.

Các công ty viễn thông lớn hiện nay ở Việt Nam đó là: Viettel, MobiFone, VinaPhone, Vietnamobile và Gmobile. Tuỳ theo mức độ nhanh hay chậm và số ngày sử dụng, giá của mỗi SIM điện thoại khoảng từ 200 đến 500 Đài tệ.

到越南旅遊，如何解決上網的問題？

目前在越南大部分的旅館都有提供免費上網，若外出時需要上網，你可以在台灣先買或到越南機場後再買電話 SIM 卡皆可，或者也可以借用他人的 WI-FI 分享器。

目前，越南主要的電信公司有 Viettel、MobiFone、VinaPhone、Vietnamobile 與 Gmobile 等。電話 SIM 卡依照網路速度快或慢及使用天數，價格大約從台幣 200 元至 500 元不等。

Từ vựng 詞彙

làm thế nào 動片	該如何、怎麼辦
giải quyết 動	解決
vấn đề 名	問題
phần lớn 名	大部分、大多數
cung cấp 動	提供、供應
miễn phí 形	免費
đi ra ngoài 動	外出
mượn nhờ 動	借
trước 形	先
người khác 名	他人、其他人、別人
công ty 名	公司
viễn thông 名	通訊、電信
lớn 形	大
đó 代	那
tuỳ theo 動	依照、根據
mức độ 名	程度、速度
nhanh 形	快
chậm 形	慢
số ngày 名	天數

Chúc bình an và hạnh phúc!
祝平安幸福！

V. Mở rộng 延伸學習

01 Cách đọc các số "10-90" 數字「10-90」的唸法

10	mười (chục)	40	bốn mươi (chục)	70	bảy mươi (chục)
20	hai mươi (chục)	50	năm mươi (chục)	80	tám mươi (chục)
30	ba mươi (chục)	60	sáu mươi (chục)	90	chín mươi (chục)

02 Cách đọc các số "21, 91; 24, 94; 25, 95"
數字「21、91；24、94；25、95」的唸法

21	hai mươi mốt	24	hai mươi bốn (tư)	25	hai mươi lăm
91	chín mươi mốt	94	chín mươi bốn (tư)	95	chín mươi lăm

03 Cách đọc các số "150, 2.500, 1.005"
數字「150、2,500、1,005」的唸法

150	một trăm năm mươi/một trăm rưỡi/một trăm rưởi
2.500	hai nghìn (ngàn) năm trăm/ hai nghìn (ngàn) rưỡi/hai nghìn (ngàn) rưởi
1.005	một nghìn (ngàn) không trăm linh năm một nghìn (ngàn) không trăm lẻ năm

04 Cách đọc các số "100-1.000.000.000"
數字「100-1,000,000,000」的唸法

100	một trăm	100.000	một trăm nghìn (ngàn)
1.000	một nghìn (ngàn)	1.000.000	một triệu
10.000	mười nghìn (ngàn)	1.000.000.000	một tỷ

Đáp án bài 4 第四課練習解答

Luyện nghe 聽一聽

Nhân viên bán hàng: Chào anh!
Hải: Chào cô! Tôi muốn mua một cái SIM điện thoại.
Nhân viên bán hàng: Có loại 100.000 (một trăm nghìn), 200.000 (hai trăm nghìn) và 500.000 (năm trăm nghìn), anh muốn mua loại nào?
Hải: Tôi mua loại 200.000 (hai trăm nghìn). Thời hạn sử dụng là bao lâu?
Nhân viên bán hàng: Dạ, một tháng ạ.
Hải: Cám ơn cô!

店員： 先生，你好。
海： 小姐妳好。我想買一張電話 SIM 卡。
店員： 有十萬、二十萬及五十萬，你要買哪一種？
海： 我買二十萬那種。使用期限是多久？
店員： 是一個月。
海： 謝謝妳！

答案：(1) b (2) c (3) b

Luyện viết 寫一寫

(1) a. A: Xin hỏi, ngân hàng ở đâu ạ?
B: Ngân hàng ở bên cạnh khách sạn.
b. A: Xin hỏi, quán phở 24 ở đâu ạ?
B: Quán phở 24 ở sau nhà thờ Đức Bà.
c. A: Xin hỏi, trạm xe buýt ở đâu ạ?
B: Trạm xe buýt ở trước cổng sân bay.

(2) a. Thẻ nạp này bao nhiêu tiền?
b. Anh ấy đi du lịch ở đâu?
c. Cô muốn mua loại SIM điện thoại nào?

(3) a. A: Anh muốn đổi Đài tệ hay đô la Mỹ?
B: Đổi Đài tệ hay đô la Mỹ đều được.
b. A: Cô muốn mua SIM Mobilfone hay SIM Vinaphone?
B: Mua SIM Mobilfone hay SIM Vinaphone đều được.
c. A: Chị muốn mua loại thẻ nạp 20 nghìn hay loại thẻ nạp 50 nghìn đồng?
B: Loại (thẻ nạp) 20 nghìn hay loại (thẻ nạp) 50 nghìn đồng đều được.

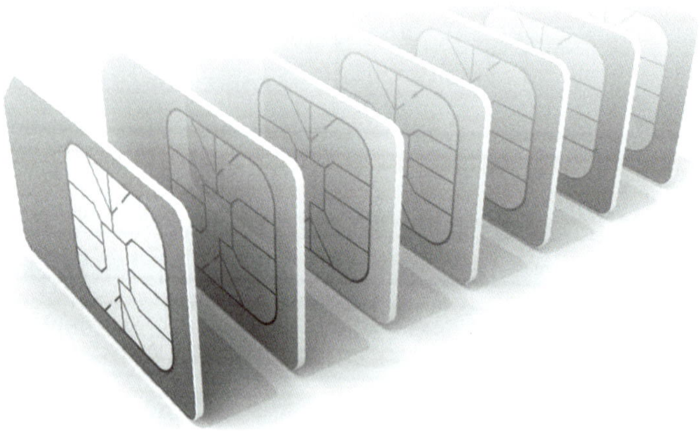

BÀI 5 | 第五課

ĐI XE BUÝT

搭公車

Nội dung chính 學習重點

- Đi xe buýt
- Chú thích ngữ pháp:
  + bằng
  + đi
  + nhỉ
  + kìa
  + thôi
  + làm ơn...
  + xin gửi...

BÀI 5 | 第五課

ĐI XE BUÝT
搭公車

I. Hội thoại 會話

Hải và An vừa xuống sân bay quốc tế Tân Sơn Nhất, chuẩn bị đến khách sạn.
海和安剛抵達新山一國際機場，準備前往旅館。

Hội thoại 1 會話 1

▶ MP3-20

Hải An ơi, bây giờ mình đến khách sạn **bằng** (phương tiện giao thông) gì?

An Chúng ta **đi bằng** taxi hay **đi bằng** xe buýt đều được.

Hải Vậy thì mình **đi bằng** xe buýt **đi**!

An Trạm xe buýt ở đâu **nhỉ**?

Hải Ở đằng kia, xe buýt số 152 đến rồi **kìa**!

An Mình nhanh lên xe **thôi**!

海：安啊，現在我們要搭什麼（交通工具）到旅館？

安：我們搭計程車或公車都可以。

海：那麼我們搭公車吧！

安：公車站在哪裡？

海：在那裡，152 號公車來了！

安：我們（趕）快上車吧！

Từ vựng 詞彙

bây giờ 名	現在	**xe buýt** 名	公車
phương tiện giao thông 名	交通工具	**đằng kia** 代	那裡
		nhanh 形	（趕）快
khách sạn 名	旅館、飯店	**lên (xe)** 動	上（車）
xe 名	車子	**mình** 代	我、我們
taxi 名	計程車	**chúng ta** 代	我們（包括聽者在內）

Hội thoại 2 會話 2

▶ MP3-21

Người soát vé Anh chị đi đâu?

Hải, An **Làm ơn** cho chúng tôi xuống trạm phố Phạm Ngũ Lão.

Người soát vé 12.000 (mười hai nghìn) đồng một người.

Hải, An Dạ, **xin gửi** chị tiền vé ạ.

驗票員：你們去哪裡？

海、安：麻煩讓我們在范五老街站下車。

驗票員：一個人 1 萬 2 千盾。

海、安：好的，這是車票錢，麻煩妳。

Từ vựng 詞彙

anh chị 代	兩位（先生、小姐）
chúng tôi 代	我們（不包括聽者在內）
xuống (xe) 動	下（車）
trạm 名	站
phố Phạm Ngũ Lão 專名	范五老街

II. Luyện tập 練習

1. Nói 說一說

▶ MP3-22

(1)

Chị Anh ấy Chúng ta	đi Huế đi ngân hàng về khách sạn	bằng gì?

(2)

Tôi Anh ấy Chúng tôi	đi bằng	máy bay. xe máy. xe buýt.

(3)

Các anh Các chị Các cô	đi đâu?	- Làm ơn	cho chúng tôi xuống trạm	chợ Bến Thành. hồ Hoàn Kiếm. chùa Trấn Quốc.

2. Nghe 聽一聽

▶ MP3-23

Nghe đoạn hội thoại sau đây giữa Thu và An, sau đó chọn câu trả lời đúng.

請聽秋和安的對話，並選出正確的答案。

(1) An muốn đi đâu?

a. ga Sài Gòn
b. sân bay quốc tế Tân Sơn Nhất
c. bến xe miền Đông

(2) An ra ga Sài Gòn để làm gì?

a. mua vé tàu hoả
b. mua vé máy bay
c. mua vé xe buýt

(3) An đi bằng gì?

a. xe đạp
b. xe máy
c. xe buýt

3. Viết 寫一寫

(1) Xem tranh và trả lời các câu hỏi sau.

看圖回答以下問題。

Ví dụ:

Mình đến khách sạn bằng gì?

Mình đến khách sạn bằng xe buýt.

a. Chúng ta đi Hà Nội bằng gì?

____

____

b. Anh Nam đi du lịch bằng gì?

____

____

c. Ông Quang đi công tác bằng gì?

____

____

d. Chị Thu đi làm bằng gì?

e. Em ấy đi học bằng gì?

f. Mai đi mua vé tàu bằng gì?

g. Bạn Việt đi tập thể dục bằng gì?

(2) Sắp xếp lại thành câu đúng.

重組句子。

Ví dụ: tôi/Huế/đi/máy bay/bằng

→Tôi đi Huế bằng máy bay.

a. khách sạn/đến/xe buýt/bằng/chúng tôi

____

b. xe máy/anh ấy/ngân hàng/đi/bằng

____

c. chị Hoa/du lịch/tàu hoả/bằng/đi

____

(3) Dùng trợ từ "đi" để đổi từ câu trần thuật sang câu cầu khiến.

請用助詞「吧」將陳述句改為祈使句。

Ví dụ: Chúng ta đi Việt Nam du lịch.

→Chúng ta đi Việt Nam du lịch đi.

a. Mình đi mua SIM điện thoại.

____

b. Chúng mình đi ngân hàng đổi tiền.

____

c. Chúng ta đi chợ bằng xe xích lô.

____

(4) Hãy viết câu hỏi cho các câu trả lời sau đây.

請寫問句。

Ví dụ: Vé xe buýt từ sân bay đến khách sạn là bao nhiêu (tiền)?

Vé xe buýt từ sân bay đến khách sạn là 5 nghìn đồng.

a. ______________________________

______________________________?

Vé máy bay một chiều từ Thành phố Hồ Chí Minh đi Hà Nội là 1 triệu 200 nghìn đồng.

b. ______________________________

______________________________?

Vé tàu hoả khứ hồi từ Nha Trang đi Huế là 850 nghìn đồng.

c. ______________________________

______________________________?

Vé tàu cao tốc khứ hồi từ Cao Hùng đi Đài Bắc là 2 nghìn 980 Đài tệ.

III. Chú thích ngữ pháp 語法解說

01 bằng 使用、搭、坐、騎、開

Giới từ, đứng sau động từ và đứng trước danh từ chỉ phương tiện giao thông (phương tiện đi lại).
介詞，位於動詞後面及名詞前面，用來表達搭乘之交通工具。

Ví dụ:

- Cô ấy đi học bằng xe máy.
  她騎機車上學。
- Anh ấy đi du lịch bằng máy bay.
  他搭飛機去旅遊。
- Chị ấy đi làm bằng ô tô.
  她開車去上班。

02 đi 吧

Trợ từ, biểu thị ý nghĩa ra lệnh, thúc giục, khuyên răn, đề nghị, dùng trong khẩu ngữ và thường đặt ở cuối câu, cần phân biệt với động từ "đi".
助詞，位於句尾，表示命令、催促、勸導、提議等，常使用於口語表達。這個字有時也作動詞，是「去」的意思。

Ví dụ:

- Chúng ta đi Việt Nam du lịch đi!
  我們去越南旅遊吧！
- Mình đi mua SIM điện thoại đi!
  我們去買電話 SIM 卡吧！

03 nhỉ 喔、吧、啊

Thán từ, đặt cuối câu để khẳng định hoặc tranh thủ sự đồng tình của người nói chuyện với mình hoặc dùng để hỏi trong câu nghi vấn với

sắc thái thân mật.
嘆詞，位於句尾，表達肯定或徵求對方的認同或用於疑問句，能使口氣聽起來較為親切。

Ví dụ:

- Vé tàu hoả đắt quá nhỉ!
  火車票好貴喔！
- Hà Nội đẹp quá anh Nam nhỉ.
  南哥，河內太漂亮了吧。
- Trạm xe buýt ở đâu nhỉ?
  公車站在哪裡啊？

04 kìa 那

Đại từ, thường dùng trong khẩu ngữ, đặt ở đầu câu hoặc cuối câu, chỉ sự vật ở xa người nói nhưng vẫn có thể nhìn thấy được và kêu gọi sự chú ý của người nghe về sự vật đó.
代名詞，常使用於口語，放在句首或句尾，指某人、事、物與說話者有距離但仍看得見，並且有意引起聽者對該人、事、物的關注。

Ví dụ:

- Xe buýt đến rồi kìa!
  公車來了，那裡！
- Kìa, nhà vệ sinh ở đằng kia!
  那，廁所在那裡！

05 thôi 吧、而已

Trợ từ, nhấn mạnh sự hạn chế về phạm vi, mức độ của điều vừa nói đến, "thôi" thường kết hợp với từ "chỉ" hình thành tổ hợp "chỉ... thôi".
助詞，強調某事物的範圍、程度等限制；「而已」通常會與「只」組合成「只……而已」。

Ví dụ:

- Chúng ta đi thôi!
  我們走吧！

BÀI 5 | 第五課

- Chỉ còn vé một chiều thôi.
  只剩下單程票而已。

06 làm ơn... 麻煩⋯⋯

Động từ, khi muốn nhờ vả người khác giúp mình làm một việc gì đó, thường đi kèm với đại từ nhân xưng ngôi thứ hai hoặc thứ ba số ít và số nhiều.
動詞，用來請求某人給予協助，常與單數或多數的第二人稱及第三人稱搭配，相似華語的「麻煩⋯⋯」。

Ví dụ:

- Chị làm ơn đặt vé tàu hoả giúp tôi!
  麻煩妳幫我訂火車票！
- Các anh làm ơn xách hành lý giúp tôi!
  麻煩你們幫我提行李！

07 xin gửi... 給你⋯⋯

Từ dùng để nói một cách lịch sự khi trả tiền, đưa tiền tip cho người phục vụ mình, hay khi hoàn trả lại một thứ gì đó mà người nói đã vay mượn.
用於接受服務後，付費、給予小費或退還物品時，表達禮貌的詞語。

Ví dụ:

- Xin gửi chị tiền vé xe.
  給妳車票錢。
- Xin gửi trả cô quyển sách.
  還給妳書本。

IV. Cẩm nang du lịch
旅遊小錦囊

Du lịch nội thành bằng xe buýt

Ở Hà Nội hay Thành phố Hồ Chí Minh đều có xe buýt, giá vé từ 5 nghìn đến 40 nghìn đồng. Việc đi du lịch bằng xe buýt không những tiết kiệm được tiền, mà còn là một hình thức du lịch đầy thú vị.

Cần lưu ý là khi đi xe buýt bạn nhớ không mang theo nhiều đồ vật có giá trị trên người, cần chuẩn bị tiền lẻ để mua vé nếu bạn không có vé tháng và chú ý an toàn khi lên xuống xe.

Hiện nay, ở Hà Nội và Thành phố Hồ Chí Minh còn có dịch vụ xe buýt du lịch hai tầng mui trần, chuyên đưa đón du khách tham quan các danh lam thắng cảnh, di tích lịch sử trong thành phố và trải nghiệm văn hoá địa phương. Tuỳ theo nội dung tham quan và thời gian dài hay ngắn, giá vé khoảng từ 200 nghìn đến 500 nghìn đồng một người.

搭市內公車旅遊

在河內或胡志明市都有公車，票價從 5 千到 4 萬盾不等。搭公車旅遊不但可以節省荷包，而且是一種非常有趣的旅遊方式。

需要留意的是，搭公車時記得不要攜帶太多貴重的物品在身上，若無月票應準備零錢以便購票，上下車時要注意安全。

目前，在河內及胡志明市也有雙層觀光巴士，專為接送旅客參觀市內景點、歷史遺蹟及體驗在地文化。依照參觀內容和時間長短，票價大約 20 萬至 50 萬越南盾。

Từ vựng 詞彙

... không những..., mà còn... 連	……不但……，而且……
tiết kiệm 動	節省
hình thức 名	方式、形式
(đầy) thú vị 形	（非常）有趣
địa phương 名	在地、當地
cần 動	需要
lưu ý 動	留意
khi 名	當……時候
nhớ 動	記得
mang 動	攜帶
đồ vật 名	物品
giá trị 形	價值
tiền lẻ 名	零錢
vé tháng 名	月票
an toàn 形	安全
xe buýt du lịch hai tầng mui trần 名	雙層觀光公車
đưa đón 動	接送
du khách 名	旅客
tham quan 動	參觀
danh lam thắng cảnh 名	名勝景點
di tích lịch sử 名	歷史遺跡
trải nghiệm 動	體驗
nội dung 名	內容
dài 形	長
ngắn 形	短

V. Mở rộng
延伸學習

01 Giá vé xe buýt ở Hà Nội và Thành phố Hồ Chí Minh
河內及胡志明市公車票價

Hà Nội	河內
Giá vé: 7.000-9.000 đồng/lượt	票價：7,000 - 9,000 盾／人次
Thời gian hoạt động: 5h00-22h30	營運時間：5:00 - 22:30
Tần suất: 5-30 phút/chuyến	每班車間隔：5 - 30 分鐘／班車

Thành phố Hồ Chí Minh	胡志明市
Giá vé: 5.000-6.000 đồng/lượt	票價：5,000 - 6,000 盾／人次
Thời gian hoạt động: 5h00-22h30	營運時間：5:00 - 22:30
Tần suất: 6-25 phút/chuyến	每班車間隔：6 - 25 分鐘／班車

02 Trang web bản đồ các tuyến xe buýt ở Hà Nội và Thành phố Hồ Chí Minh
河內及胡志明市公車路線圖網站

Trang web bản đồ các tuyến xe buýt Thành phố Hồ Chí Minh
胡志明市公車路線圖網站
https://xe-buyt.com/ban-do-xe-buyt

Trang web bản đồ các tuyến xe buýt Hà Nội
河內公車路線圖網站
https://xe-buyt.com/ban-do-xe-bus-ha-noi

Chúc một ngày tốt lành!
祝美好的一天！

BÀI 5 | 第五課

Đáp án bài 5 第五課練習解答

Luyện nghe 聽一聽

An: Em muốn đi ra ga Sài Gòn mua vé tàu hoả.
Thu: Em đi bằng gì?
An: Em đi bằng xe máy.
Thu: Từ đây ra ga Sài Gòn mất bao lâu?
An: Khoảng 30 phút.

安： 我想去西貢火車站買火車票。
秋： 妳怎麼去？
安： 我騎機車去。
秋： 從這裡到西貢火車站要多久？
安： 大約 30 分鐘。

答案：(1) a (2) a (3) b

Luyện viết 寫一寫

(1) a. Chúng ta đi Hà Nội bằng máy bay.
b. Anh Nam đi du lịch bằng tàu cao tốc.
c. Ông Quang đi công tác bằng tàu hoả.
d. Chị Thu đi làm bằng ô tô.
e. Em ấy đi học bằng tàu điện ngầm.
f. Mai đi mua vé tàu bằng xe máy.
g. Bạn Việt đi tập thể dục bằng xe đạp.

(2) a. Chúng tôi đến khách sạn bằng xe buýt.
b. Anh ấy đi ngân hàng bằng xe máy.
c. Chị Hoa đi du lịch bằng tàu hoả.

(3) a. Mình đi mua SIM điện thoại đi.
b. Chúng mình đi ngân hàng đổi tiền đi.
c. Chúng ta đi chợ bằng xe xích lô đi.

(4) a. Vé máy bay một chiều từ Thành phố Hồ Chí Minh đi Hà Nội là bao nhiêu (tiền)?
b. Vé tàu hoả khứ hồi từ Nha Trang đi Huế là bao nhiêu (tiền)?
c. Vé tàu cao tốc khứ hồi từ Cao Hùng đi Đài Bắc là bao nhiêu (tiền)?

BÀI 6 | 第六課

GỌI MÓN ĂN

點餐

Nội dung chính 學習重點

- Gọi món ăn
- Chú thích ngữ pháp:
  + vui lòng (làm ơn)...
  + cho
  + còn
  + dùng
  + đây ạ

BÀI 6 | 第六課

GỌI MÓN ĂN
點餐

I. Hội thoại 會話

Hải và An đang ở trong một quán ăn.
海和安正在一家餐館裡面。

Hội thoại 1 會話 1

MP3-24

Hải, An: Chị **làm ơn** cho chúng tôi mượn thực đơn ạ.

Nhân viên phục vụ: Dạ, thực đơn **đây ạ**. Các anh chị muốn gọi món gì?

Hải, An: Chị **cho** chúng tôi một tô bún riêu, một đĩa chả giò, một đĩa gỏi ngó sen và một tô canh chua.

Nhân viên phục vụ: Các anh chị **vui lòng** chờ một lát.

海、安：麻煩妳給我們菜單。

服務生：好的，菜單這裡。你們想點什麼菜？

海、安：請妳給我們一碗蟹膏蕃茄米線、一盤炸春捲、一盤涼拌藕帶及一碗酸湯。

服務生：請你們稍等一下。

Từ vựng 詞彙

thực đơn 名	菜單
tô 名	（大）碗
đĩa 名	盤子
bún riêu 名	蟹膏蕃茄米線
chả giò 名	炸春捲
gỏi ngó sen 名	涼拌藕帶
canh chua 名	酸（辣）湯
chờ 動	等、等待
một lát 名	一下、一會兒

Hội thoại 2 會話 2

▶ MP3-25

Nhân viên phục vụ Dạ, các anh chị muốn **dùng** đồ uống gì ạ?

An Anh **cho** tôi một ly xô-đa chanh.

Hải Anh **cho** tôi một ly cà phê sữa đá.

Nhân viên phục vụ Các anh chị **còn** gọi thêm gì nữa không ạ?

Hải, An Cảm ơn anh, nếu cần thì chúng tôi sẽ gọi thêm.

服務生：你們想用什麼飲料？
安：請你給我一杯檸檬蘇打。
海：請你給我一杯煉乳冰咖啡。
服務生：你們還要多點什麼嗎？
安、海：謝謝你，如果有需要我們再點。

Từ vựng 詞彙

đồ uống ㊔	飲料	**cà phê sữa đá** ㊔	煉乳冰咖啡
ly ㊔	杯子	**gọi** 動	叫、點
xô-đa chanh ㊔	檸檬蘇打	**thêm** 副	多、再、加

BÀI 6 | 第六課

II. Luyện tập 練習

1. Nói 說一說

▶ MP3-26

(1)

Chị	làm ơn	cho tôi	một tô phở bò. một ổ bánh mì. một đĩa gỏi cuốn.

(2)

Anh Chị Bà	còn	gọi mua hỏi	thêm gì nữa không?

(3)

Bún thịt nướng Gỏi hải sản Hủ tiếu Nam Vang	của	các anh các chị ông bà	đây ạ.

2. Nghe 聽一聽

▶ MP3-27

Nghe đoạn hội thoại giữa Hải và nhân viên phục vụ, sau đó chọn câu trả lời đúng.

請聽海和服務生的對話，並選出正確的答案。

(1) Hôm nay trong tiệm có món gì?

a. bánh cuốn và cơm sườn

b. bún bò Huế và cơm sườn

c. bánh cuốn, bún bò Huế và cơm sườn

(2) Hải gọi món gì?

a. bánh cuốn

b. bún bò Huế

c. bánh cuốn và bún bò Huế

(3) Hải uống gì?

a. cà phê sữa đá

b. xô-đa chanh

c. trà đá

3. Viết 寫一寫

(1) Hãy dùng cụm từ "làm ơn...." và "cô (anh, chị, em) vui lòng..." hoàn thành mẩu đối thoại.

請使用「麻煩……」和「請妳（小姐）、你（先生）、妳（姐姐）、你（弟弟或妹妹）……」的句型完成對話。

Ví dụ: (một tô phở bò)

A: Làm ơn cho tôi một tô phở bò.

B: Cô vui lòng chờ một lát.

a. (một phần gỏi cuốn)

A: ______________________________

B: ______________________________

b. (một bát cháo lòng)

A: ______________________________

B: ______________________________

c. (một lẩu hải sản)

A: ______________________________

B: ______________________________

(2) Dùng các đại từ nhân xưng và các động từ đã cho sẵn trong hai nhóm sau để hoàn thành mẩu đối thoại.

請模仿以下範例，並使用已提供之人稱代名詞及動詞寫出對話。

- 人稱代名詞：các anh, các chị, các cô, các bạn
  你們（先生們、大哥們）、妳們（小姐們、姐姐們）、妳們（小姐們）、你們（同學們、朋友們）

- 動詞：gọi, hỏi, yêu cầu, mua
  點（餐）、問、要求、買

BÀI 6 | 第六課

Ví dụ:

A: Các anh còn gọi thêm gì nữa không?

B: Nếu cần thì chúng tôi sẽ gọi thêm.

a. ____________________

____

b. ____________________

____

c. ____________________

____

(3) Dùng "đây ạ" để trả lời các câu hỏi sau đây.

請使用「這兒」來回答以下的問句。

Ví dụ:

- Bún bò Huế của tôi làm xong chưa?

→Xong rồi, bún bò Huế của cô đây ạ.

a. Bún đậu mắm tôm của chúng tôi làm xong chưa?

→ ____________________.

b. Bánh xèo của chị ấy làm xong chưa?

→ ____________________.

c. Bánh canh của họ làm xong chưa?

→ ____________________.

III. Chú thích ngữ pháp
語法解說

01 vui lòng (làm ơn)... 請（麻煩）……

Cách nói lịch sự khi nhờ người khác giúp đỡ, hoặc mong muốn hay yêu cầu người khác thực hiện theo ý của mình.
請求別人協助或者期望、要求他人依照自己的意思去做時的禮貌用語。

Ví dụ:

- A: Anh làm ơn cho tôi một ly trà đá.
  請（麻煩）你給我一杯冰茶。

  B: Vâng, anh vui lòng chờ một lát.
  請你稍等一下。

- A: Chị vui lòng cho hỏi, nhà vệ sinh ở đâu ạ?
  小姐請問一下，這裡有廁所嗎？

  B: Nhà vệ sinh ở đằng kia.
  廁所在那裡。

02 còn 還、仍、還有

Phó từ, biểu thị sự tiếp tục, tiếp diễn của một hành động hoặc trạng thái, đứng trước động từ hoặc tính từ, khác với động từ “còn” dùng để biểu thị một sự việc chưa hết hoặc chưa kết thúc hoặc liên từ “còn”, thường đứng trước danh từ.
副詞，置於動詞或形容詞的前面，表示某動作的持續或某件事尚未完成或結束。相當於華語的「還」或「仍」。這個字有時也作動詞，置於名詞前面，是「還有」；或連接詞，是「而、那」的意思。

Ví dụ:

- SIM điện thoại này còn lên mạng được không?
  這電話 SIM 卡還可以上網嗎？

- Trong quán còn cơm sườn không?
  店內還有排骨飯嗎？

BÀI 6 | 第六課

03 cho 給

Động từ, thường dùng trong khẩu ngữ, là lời yêu cầu một cách lịch sự khi nhờ người khác làm một việc gì đó, có nghĩa "chuyển, đưa, bán, chở...".

動詞，常用於口語，用於請求對方為自己做某事的禮貌用語，意思是「轉交、拿給、賣給、載」等等，相當於華語「（請）……給……」，例如「（請）幫我轉交～」、「（請）幫我拿給～」、「（請）賣給我～」、「（請）載我～」等等都可以用這個字來表示。

Ví dụ:

- Chị cho tôi một tô phở gà.
  請妳（賣）給我一碗雞肉河粉。
- Anh cho tôi về khách sạn.
  請你載我回飯店。

04 dùng 用（吃、喝）

Động từ, thể hiện cách nói lịch sự, dùng để thay thế cho các từ "ăn" và "uống".

動詞，替代「吃」和「喝」之禮貌用詞，相似華語的「用」。

Ví dụ:

- Mời ông dùng trà ạ.
  請您（先生）用茶。
- Mời bà dùng điểm tâm ạ.
  請您（女士）用點心。

05 đây ạ 這、這裡、這兒

Tổ hợp dùng để chỉ rõ về người hay đồ vật ở ngay trước mặt đồng thời đang tiến hành hoặc đang tồn tại.

指人事物近在眼前，且持續進行或存在著，相似於華語的「這裡、這兒」。

Ví dụ:

- Nước dừa của cô đây ạ.
  這（是）妳的椰子汁。
- Bánh mì của anh đây ạ.
  你的麵包（在）這兒。

IV. Cẩm nang du lịch
旅遊小錦囊

Ẩm thực Việt Nam

Ẩm thực Việt Nam rất phong phú và đa dạng, thu hút những người sành ăn trên toàn thế giới. Như bún thịt nướng được nhiều nhà phê bình ẩm thực danh tiếng của Mỹ "ưu ái", phở rất được yêu thích tại Đài Loan, bánh mì cũng rất được ưa chuộng ở Nhật Bản, món ăn đường phố Việt Nam xuất hiện trong chương trình Street Food của Netflix...

Các món ăn truyền thống Việt Nam ngon và nổi tiếng đó là: phở, bún, chả giò, cao lầu, gỏi cuốn, bánh mì, bánh chưng, bánh tét, bánh xèo, bánh cuốn... Ngoài ra, còn có vô số các món ăn ngon khác đang chờ bạn đến để thưởng thức.

越南飲食

越南飲食豐富多樣，吸引了全世界的饕客。像是烤肉米線受到許多美國知名美食評論家的「青睞」，河粉在台灣廣受歡迎，（越式法國）麵包在日本也深受喜愛，越南路邊小吃出現於 Netflix 的 Street Food 節目裡等等。

越南各項傳統的著名美食有：河粉、米線、炸春捲、高樓麵、越式生春捲、（越式法國）麵包、方形粽子、圓柱形粽子、越式煎餅、粉捲⋯⋯。除此之外，還有各式各樣的美食正在等著你來品嚐。

Từ vựng 詞彙

ẩm thực (名)	飲食
phong phú (形)	豐富
đa dạng (形)	多樣
bún thịt nướng (名)	烤肉米線
nhà phê bình (名)	評論家
danh tiếng (形)	著名
ưu ái (動)	青睞
yêu thích (動)	喜歡、受歡迎
ưa chuộng (動)	喜愛
món ăn (名)	美食、料理
đường phố (名)	街道
xuất hiện (動)	出現
chương trình (名)	節目
thu hút (動)	吸引
người sành ăn (名)	饕客

phở (名)	河粉
bún (名)	米線
bánh mì (名)	（越式法國）麵包
cao lầu (名)	高樓麵
bánh chưng (名)	方形粽子
bánh tét (名)	圓柱形粽子
gỏi cuốn (名)	越式（生）春捲
bánh xèo (名)	越式煎餅
bánh cuốn (名)	粉捲
toàn thế giới (名)	全世界
truyền thống (名)	傳統
ngon (形)	好（吃）、美味
vô số (形)	無數
khác (形)	其他、別的
đang (副)	正在
thưởng thức (動)	品嚐

Chúc dùng bữa ngon miệng!
祝用餐愉快！

V. Mở rộng 延伸學習

01 Một số món ăn địa phương 當地小吃

bánh bèo	碗粿（萍餅）	gỏi hải sản	涼拌海鮮
bánh bột lọc	水晶餃	hủ tiếu bò kho	紅燒牛肉河粉
bánh canh	蟹湯米苔目	hủ tiếu Nam Vang	金邊河粉
bánh nậm	蝦粿	lẩu dê	羊肉火鍋
bún bò Huế	順化牛肉米線	lẩu hải sản	海鮮火鍋
bún chả cá	魚板米線	lẩu mực	小卷火鍋
bún đậu mắm tôm	蝦醬炸豆腐米線	miến vịt	鴨肉冬粉
cháo lòng	（豬）內臟粥	miến xào thập cẩm	炒什錦冬粉
chạo tôm	甘蔗蝦	phở bò	牛肉河粉
cơm niêu	砂鍋飯	phở gà	雞肉河粉
cơm sườn	烤排骨飯	phở hải sản	海鮮河粉
cơm tấm	碎米飯	xúp bắp cua	蟹肉玉米濃湯
gỏi đu đủ	涼拌青木瓜	xúp hạt sen	蓮子濃湯

02 Một số loại nước giải khát 飲品

chè bưởi	柚皮甜湯	nước rau má	雷公根汁
chè cốm	扁米甜湯	sinh tố	水果牛奶
chè trôi nước	湯圓	sữa đậu nành	豆奶
nước dừa	椰子汁	trà đá	冰茶
nước mía	甘蔗汁	trà sữa	奶茶

03 Nước chấm và gia vị 沾醬和調味料

chanh	檸檬	muối	鹽巴	ớt	辣椒
dấm	醋	nghệ	黃薑	riềng	南薑
đường	砂糖	ngũ vị hương	五味香	tiêu	胡椒
gừng	薑	nước mắm	魚露	tỏi	蒜頭
hành	蔥				

＊ Ghi chú 備註：南北越用詞的對照

名稱	北越	南越
碗公	bát	tô
杯子	cốc	ly
炒飯	cơm rang	cơm chiên
味精	mì chính	bột ngọt
涼拌	nộm	gỏi
炸春捲	nem rán	chả giò
（喝）茶	(uống) chè	(uống) trà

Đáp án bài 6 第六課練習解答

Luyện nghe 聽一聽

Nhân viên phục vụ: Chào anh! Hôm nay tiệm chúng tôi có bánh cuốn, bún bò Huế và cơm sườn. Anh muốn dùng món nào ạ?
Hải: Chị làm ơn cho tôi một đĩa bánh cuốn.
Nhân viên phục vụ: Anh còn muốn gọi thêm gì không ạ?
Hải: Chị cho thêm một tô bún bò Huế.
Nhân viên phục vụ: Anh muốn uống gì không?
Hải: Chị cho tôi một ly cà phê sữa đá.
Nhân viên phục vụ: Dạ. Xin anh vui lòng chờ một lát ạ!

服務生： 你好！今天我們店有粉捲、順化牛肉米線和排骨飯。你想點哪道菜？
海： 麻煩妳給我一盤粉捲。
服務生： 你還要多點什麼嗎？
海： 請妳再給我一碗順化牛肉米線。
服務生： 你想喝什麼嗎？
海： 請妳給我一杯煉乳冰咖啡。
服務生： 好的。請你稍等一下哦！

答案：(1) c (2) c (3) a

Luyện viết 寫一寫

(1) a. A: Làm ơn cho tôi một phần gỏi cuốn.
B: Anh vui lòng chờ một lát.
b. A: Làm ơn cho tôi một tô cháo lòng.
B: Chị vui lòng chờ một lát.
c. A: Làm ơn cho tôi một lẩu hải sản.
B: Em vui lòng chờ một lát.

(2) a. -Các chị còn hỏi thêm gì nữa không?
-Nếu cần thì chúng tôi sẽ hỏi thêm.
b. -Các cô còn yêu cầu thêm gì nữa không?
-Nếu cần thì chúng tôi sẽ yêu cầu thêm.
c. -Các bạn còn mua thêm gì nữa không?
-Nếu cần thì chúng tôi sẽ mua thêm.

(3) a. Xong rồi, bún đậu mắm tôm của các chị đây ạ.
b. Xong rồi, bánh xèo của chị ấy đây ạ.
c. Xong rồi, bánh canh của họ đây ạ.

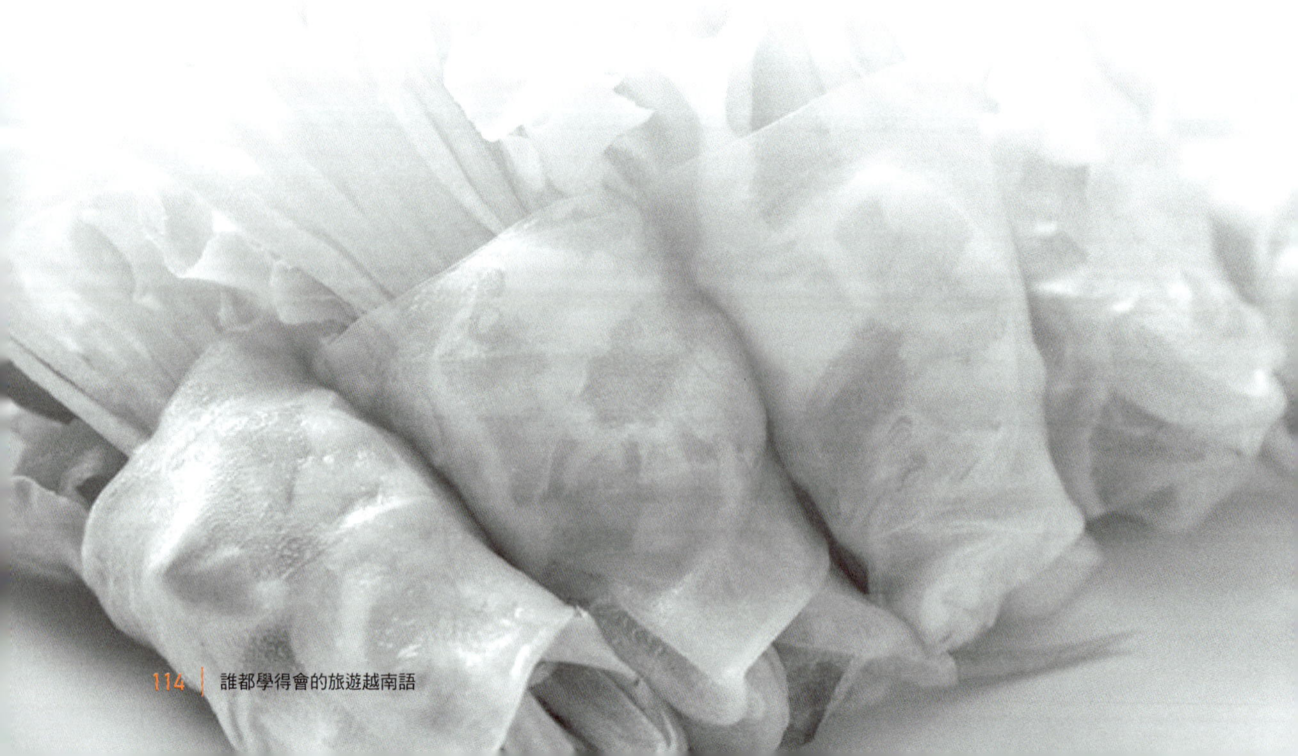

BÀI 7 | 第七課

MUA SẮM

購物

Nội dung chính 學習重點

- Mua sắm
- Chú thích ngữ pháp:
  + đây, này
  + kia, đấy, đó
  + đằng kia
  + xem
  + đôi
  + không... đâu

BÀI 7 | 第七課

MUA SẮM
購物

I. Hội thoại 會話

Hải và An đang ở trong một cửa hàng bán quần áo và giày dép.
海和安正在一間服飾店內。

Hội thoại 1 會話 1

▶ MP3-28

Nhân viên bán hàng: Chị muốn mua gì ạ?

An: Tôi muốn mua một **đôi** giày.

Nhân viên bán hàng: Chị mang giày số mấy?

An: Số 37. Tôi muốn mang thử đôi (giày) màu đen **này**.

Nhân viên bán hàng: Chị mang thử **xem**.

An: Đôi **này** giá bao nhiêu?

Nhân viên bán hàng: 150 (một trăm năm mươi) nghìn đồng.

An: Có giảm giá không anh? 120 (một trăm hai mươi) nghìn đồng có được không?

Nhân viên bán hàng: Ở **đây** bán đúng giá, không nói thách đâu.

An: Vậy thì tôi mua đôi giày **này**.

店員：妳想買什麼嗎？

安：我想買一雙鞋子。

店員：妳穿幾號鞋？

安：37 號。我想試穿這雙黑色的。

店員：妳試穿看看。

安：這雙多少錢？

店員：15 萬盾。

安：有特價嗎？ 12 萬盾可以嗎？

店員：這裡賣不二價，無漫天叫價啦。

安：那麼我買這雙。

Từ vựng 詞彙

đôi 名	雙	**màu đen** 名	黑色
giày 名	鞋子	**giảm giá** 動	特價
mang 動	穿（鞋）	**bán đúng giá** 動	不二價
thử 動	試	**nói thách** 動	漫天叫價

Hội thoại 2 會話 2

▶ MP3-29

Hải Tôi muốn **xem** chiếc áo sơ mi màu trắng **kia**.

Nhân viên bán hàng Anh mặc cỡ (size) bao nhiêu?

Hải Tôi mặc cỡ (size) M.

Nhân viên bán hàng Anh mặc thử xem. Phòng thử áo ở **đằng kia**.

Hải Chiếc (áo) này bao nhiêu tiền?

Nhân viên bán hàng 200 (hai trăm) nghìn đồng.

Hải Có bớt giá không chị? 150 (một trăm năm mươi) nghìn đồng nhé?

Nhân viên bán hàng Ở **đây** bán đúng giá, không nói thách đâu.

Hải Vậy thì tôi mua chiếc áo **này**.

海：我想看那件白色的襯衫。
店員：你穿什麼尺寸？
海：我穿 M 號。
店員：你試穿看看。試衣間在那裡。
海：這件多少錢？
店員：20 萬盾。
海：有折扣嗎？ 15 萬盾可以嗎？
店員：這裡賣不二價，無漫天叫價啦。
海：那麼我買這件上衣。

Từ vựng 詞彙

xem 動	看	**cỡ (size)** 名	尺寸
áo sơ mi 名	襯衫	**chiếc** 名量	件
màu trắng 名	白色	**áo** 名	上衣
mặc 動	穿（衣服）	**bớt giá** 動	折扣
phòng thử áo 名	試衣間		

II. Luyện tập 練習

1. Nói 說一說

▶ MP3-30

(1)

Chiếc áo Chiếc quần jean Chiếc mũ	này kia đó	giá bao nhiêu? bao nhiêu tiền?	- 100 nghìn đồng. - 150 nghìn đồng. - 60 nghìn đồng.

(2)

Chị Anh Cô	mang giày số mặc áo cỡ (size) ngồi bàn số	mấy? bao nhiêu?	- Số 37. - Cỡ (size) M. - Số 6.

(3)

Xin hỏi,	phòng thử áo siêu thị khách sạn	ở đâu?	- Phòng thử áo - Siêu thị - Khách sạn	ở đằng kia.

2. Nghe 聽一聽

▶ MP3-31

Nghe đoạn hội thoại giữa An và nhân viên bán hàng, sau đó chọn câu trả lời đúng.

請聽安和售貨員的對話，並選出正確的答案。

(1) An muốn mua gì?

a. áo dài
b. áo phông
c. quần jean

(2) Chiếc áo dài An mua giá bao nhiêu?

a. 250.000 (hai trăm năm mươi nghìn) đồng
b. 450.000 (bốn trăm năm mươi nghìn) đồng
c. 650.000 (sáu trăm năm mươi nghìn) đồng

(3) An mua chiếc áo dài màu gì?

a. màu đỏ
b. màu nâu
c. màu vàng

3. Viết 寫一寫

(1) Dùng các cụm từ đã cho sẵn trong ngoặc đơn để viết câu trả lời cho các câu hỏi sau.

請依括號中的提示寫出答句。

Ví dụ:
- Đôi giày này giá bao nhiêu?
→Đôi giày này giá một trăm năm mươi nghìn đồng.
(một trăm năm mươi nghìn đồng)

a. SIM điện thoại này giá bao nhiêu?

→ ____________________

(một trăm bốn mươi nghìn đồng)

b. Phòng hai giường đơn giá bao nhiêu?

→ ____________________

(tám trăm năm mươi nghìn đồng)

c. Cái ba lô này giá bao nhiêu?

→ ____________________

(ba trăm năm mươi nghìn đồng)

(2) Dựa theo tình hình thực tế để trả lời các câu hỏi sau.

請依實際情況來回答以下問句。

Ví dụ:

- Anh (chị) mang giày số bao nhiêu?

→Tôi mang giày số 37.

a. Anh (chị) mặc áo cỡ bao nhiêu?

→ ______

b. Anh (chị) mặc quần cỡ bao nhiêu?

→ ______

c. Anh (chị) mang dép số bao nhiêu?

→ ______

(3) Dùng trợ từ "xem" và những từ cho sẵn của hai nhóm sau đây để đặt câu.

請結合助詞「看看」及以下兩組合中的詞語造句。

- 人稱代名詞：ông, bà, anh, cô
  您（先生）、您（女士）、你（較年輕男性）、妳（小姐）
- 動詞：mặc (áo khoác), mang (giày), đeo (đồng hồ), đội (mũ)
  穿（外套）、穿（鞋）、戴（手錶）、戴（帽子）

Ví dụ:

- Ông mặc thử chiếc áo khoác này xem.

a. ______

b. ______

c. ______

III. Chú thích ngữ pháp
語法解說

01 đây, này 這

Đại từ, dùng để chỉ người, sự vật, địa điểm ở gần người nói.
代詞，用來指離說話者較近的人事物之詞，相似華語的「這、此」。

Ví dụ:

- Đây là áo sơ mi của tôi.
  這是我的襯衫。
- Chiếc áo sơ mi này là của tôi.
  這件襯衫是我的。

02 kia, đấy, đó 那

Đại từ, dùng để chỉ người, sự vật, địa điểm ở hơi xa người nói.
代詞，用來指離說話者較遠的人事物之詞，相似華語的「那」。

Ví dụ:

- Kia là chiếc áo đầm của tôi.
  那件是我的洋裝。
- Chiếc áo đầm đó là của tôi.
  那件洋裝是我的。

03 đằng kia 在那裡、在那邊

Đại từ, dùng để chỉ người, sự vật, địa điểm ở cách xa người nói hơn.
代詞，用來指離說話者和聽者都較遠的人事物之詞，相似華語的「在那裡、在那邊」。

Ví dụ:

- Phòng thử áo (ở) đằng kia.
  試衣間在那裡。
- (Ở) đằng kia có phòng thử áo.
  在那裡有試衣間。

BÀI 7 | 第七課

04 xem 看看

Trợ từ, đặt ở cuối câu, dùng để biểu đạt ý nghĩa "thử làm một việc gì đó", khác với động từ "xem".
助詞，放在句尾，表達「嘗試去做某事」的意思。這個字也當動詞用，作「看」的意思。

Ví dụ:

- Làm ơn cho tôi xem chiếc váy kia.
  麻煩給我看那件裙子。
- Dạ đây ạ, chị mặc thử xem.
  是這裡，妳試穿看看。

05 đôi 雙、對

Danh từ, chỉ hai vật hoặc hai cá thể cùng loại tương ứng với nhau.
名詞，指兩個同類且互相對應之物體或個體，相似華語的「雙、對」。

Ví dụ:

- Hai đôi đũa.
  兩雙筷子。
- Ba đôi hoa tai.
  三對耳環。

06 không... đâu 不會（不要、不是）……啦

Kết cấu "không... đâu" dùng trong câu phủ định nhằm thuyết phục hoặc bác bỏ ý kiến của người đối thoại.
這個句型用於否定句，以說服或反駁對話者之意見。

Ví dụ:

- Chiếc áo phông này không đắt lắm đâu.
  這件 T 恤不會太貴（啦）。
- Đôi giày này không đẹp lắm đâu.
  這雙鞋不是很好看（啦）。

IV. Cẩm nang du lịch 旅遊小錦囊

Mua sắm và trả giá

Trong các chợ truyền thống hay các cửa hàng ở Việt Nam, người bán hàng thường hay nói thách. Nếu muốn mua được một món đồ ưng ý, giá cả phải chăng thì bạn phải biết trả giá (mặc cả). Vì vậy, bạn hãy chuẩn bị sẵn một vài chiêu trả giá và mạnh dạn trả giá khi mua hàng.

Cần lưu ý, nếu các cửa hàng đã để bảng miễn trả giá, hoặc tại các siêu thị, công ty bách hoá..., hàng hoá đã được dán tem có ghi sẵn giá tiền thì bạn không thể áp dụng bí quyết trả giá nào nhé.

購物與殺價

在越南傳統市場或商店裡，有的商家習慣漫天叫價。若想買到自己喜歡又價格合理的物品，那麼你要會殺價（討價還價）。因此，在購物時你必須先準備好幾招殺價的技巧且要敢殺價。

要留意，若在一些商店已有不能殺價之公告，或在各超市、大賣場、百貨公司等的物品上已貼好標籤價格，那麼你就不能使用任何殺價的祕訣囉。

Từ vựng 詞彙

trong 名介	裡面
chợ 名	市場
cửa hàng 名	商店
món đồ 名	物品
ưng ý 形	滿意
trả giá 動	殺價
hàng hóa 名	貨物
giá cả 名	價格
thế nên 連	因此
phải chăng 形	合理
một vài 量名	幾、一些
mạnh dạn 形	勇敢的、大膽的
để 動	張貼（放置）
bảng 名	公告欄
miễn trả giá 動片	不能殺價
siêu thị 名	超市
dán 動	貼
tem 名	標籤
ghi 動	寫
sẵn 形	好
giá tiền 名	價錢
áp dụng 動	使用、運用
bí quyết 名	祕訣

Chúc cuối tuần vui vẻ!
祝週末愉快！

V. Mở rộng 延伸學習

01 Trang phục 穿著

áo	上衣	áo vest	西裝外套	ba lô	背包
áo bà ba	婆婆衫	quần dài	長褲	cà vạt	領帶
áo dài	長衫	quần lót	內褲	dây nịt	腰帶
áo đầm	洋裝	quần sọt	短褲	đồng hồ	手錶
áo khoác	外套	quần tây	西裝褲	mũ	帽子
áo len	毛衣	tất	襪子	nón lá	斗笠
áo lót	內衣	tất da	絲襪	túi xách	包包、手提包
áo phông	T 恤	váy	裙子	ví/ví tiền	皮夾、錢包

02 Màu sắc 顏色

màu bạc	銀色	màu tím	紫色
màu cam	橘色	màu trắng	白色
màu đen	黑色	màu xám	灰色
màu đỏ	紅色	màu vàng	黃色
màu hồng	粉紅色	màu xanh dương	藍色
màu nâu	棕色	màu xanh lục/lá	綠色

＊ Ghi chú 備註： 南北越用詞的對照

名稱	北越	南越
T 恤	áo phông	áo thun
襪子	vớ	tất
腰帶	dây nịt	dây thắt lưng
牛仔褲	quần bò	quần jean
帽子	mũ	nón
皮夾	ví (đựng tiền)	bóp (đựng tiền)
穿（鞋、襪子）	đi	mang
穿（衣服）	mặc	bận

Đáp án bài 7 第七課練習解答

Luyện nghe 聽一聽

An: Chiếc áo dài kia đẹp quá. Anh cho tôi xem thử.
Nhân viên bán hàng: Dạ đây, mời cô xem.
An: Chiếc áo dài này bao nhiêu tiền?
Nhân viên bán hàng: 750.000 (bảy trăm năm mươi nghìn) đồng.
An: Anh có giảm giá không? 650.000 (sáu trăm năm mươi nghìn) đồng được không?
Nhân viên bán hàng: Dạ được. Cô muốn mua (chiếc áo dài) màu nào?
An: Tôi muốn mua (chiếc áo dài) màu đỏ.

安： 那件長衫好漂亮，請妳給我看一下。
售貨員： 這裡，請妳看看。
安： 這件長衫多少錢？
售貨員： 75 萬盾。
安： 妳可以算便宜一點嗎？ 65 萬盾可以嗎？
售貨員： 好的。妳想買哪個顏色的（長衫）？
安： 我想買紅色的（長衫）。

答案：(1) a (2) c (3) a

Luyện viết 寫一寫

(1) a. SIM điện thoại này giá 140 nghìn đồng.
b. Phòng hai giường đơn giá 850 nghìn đồng.
c. Cái ba lô này giá 350 nghìn đồng.

(2) Đáp án tự do（自由作答）

(3) a. Bà mang thử đôi giày này xem.
b. Anh đeo thử chiếc đồng hồ này xem.
c. Cô đội thử chiếc mũ này xem.

BÀI 8 | 第八課

CHỌN QUÀ TẶNG

選伴手禮

Nội dung chính 學習重點

- Chọn quà tặng
- Chú thích ngữ pháp:
  + quá, lắm, rất
  + nghe nói
  + cũng
  + một ít

BÀI 8 | 第八課

CHỌN QUÀ TẶNG
選伴手禮

I. Hội thoại 會話

Hải và An thảo luận mua quà gì để tặng cho người thân và bạn bè.
海和安在討論要買什麼伴手禮送給親友。

Hội thoại 1 會話 1

▶ MP3-32

Hải An ơi, ở Việt Nam có nhiều đặc sản **quá**!
Mình mua **một ít** về tặng cho người thân và bạn bè đi!

An Đúng vậy. Ở Việt Nam có nhiều đặc sản **lắm**, như: hạt điều, kẹo dừa, cà phê, bánh pía, bánh đậu xanh...

Hải Mình mua ở đâu?

An Ở chợ hay ở siêu thị đều có bán.

海：安啊，在越南有好多特產喔！我們買一些回來送給親友吧！

安：對啊。在越南有很多特產，像腰果、椰子糖、咖啡、榴槤餅、綠豆糕……

海：我們在哪裡買？

安：在市場或在超市（大賣場）都有賣。

Từ vựng 詞彙

đặc sản (名)	特產	**hạt điều** (名)	腰果
về (動)	回、回來、返回	**kẹo dừa** (名)	椰子糖
người thân (名)	親人	**cà phê** (名)	咖啡
bạn bè (名)	朋友	**bánh pía** (名)	榴槤餅
đúng (形)	對	**bánh đậu xanh** (名)	綠豆糕

Hội thoại 2 會話 2

▶ MP3-33

Hải Mình **nghe nói** đồ thủ công mỹ nghệ ở Việt Nam **cũng rất** nổi tiếng.

An Đúng rồi. Bạn có thể mua tranh thêu, tranh lụa, tranh vỏ trứng, tranh gạo, tranh sơn mài, tranh giấy xoắn...

Hải Mình đi đâu mua?

An Ở nhà sách hoặc ở siêu thị đều có bán.

海：我聽說越南手工藝品也很有名。

安：對了，你可以買繡畫、帛畫、蛋殼畫、米粒畫、磨漆畫、捲紙畫……

海：我們要去哪裡買？

安：在書店或在超市都有賣。

Từ vựng 詞彙

đồ thủ công mỹ nghệ 名	手工藝品
tranh thêu 名	繡畫
tranh lụa 名	帛畫
tranh vỏ trứng 名	蛋殼畫
tranh gạo 名	米粒畫
tranh sơn mài 名	磨漆畫
tranh giấy xoắn 名	捲紙畫
nhà sách 名	書店

II. Luyện tập 練習

1. Nói 說一說

MP3-34

(1)

Tôi Anh ấy Chị ấy	muốn mua một ít	cà phê. trái cây. sách tiếng Việt.

(2)

Cà phê này thơm quá!
Chiếc áo dài này đẹp lắm!
Cơm gà ở quán đó rất ngon.

(3)

Nghe nói	xem múa rối nước đi xe buýt người Đài Loan	thú vị lắm! rất tiện lợi. rất thân thiện.

2. Nghe 聽一聽

MP3-35

Nghe đoạn hội thoại giữa An và Hải, sau đó chọn câu trả lời đúng.
請聽安和海的對話，並選出正確的答案。

(1) An đi siêu thị mua gì?

a. kẹo dừa, bánh pía và cà phê
b. bánh đậu xanh và hạt điều
c. kẹo dừa, bánh pía, cà phê, bánh đậu xanh và hạt điều

(2) An đi siêu thị mua hết bao nhiêu tiền?

a. 400.000 (bốn trăm nghìn) đồng
b. 500.000 (năm trăm nghìn) đồng
c. 600.000 (sáu trăm nghìn) đồng

(3) An đi nhà sách để mua thêm gì?

a. hai bức tranh vỏ trứng
b. ba bức tranh gạo
c. hai bức tranh vỏ trứng và ba bức tranh gạo

3. Viết 寫一寫

(1) Dùng các từ ngữ đã cho sẵn để đặt câu hỏi.

請使用以下的詞語造問句。

hạt điều, kẹo dừa, bánh pía, bánh đậu xanh

Ví dụ:
- Một ki-lô-gam hạt điều bao nhiêu tiền?
- Một ki-lô-gam hạt điều 200 nghìn đồng.

a. ______________________________?

Một gói kẹo dừa 45 nghìn đồng.

b. ______________________________?

Một hộp bánh pía 75 nghìn đồng.

c. ______________________________?

Một hộp bánh đậu xanh 20 nghìn đồng.

(2) Dùng các từ ngữ đã cho sẵn để đặt câu hỏi và câu trả lời.

請使用以下的詞語寫出對話。

tranh lụa, tranh sơn mài, tranh vỏ trứng, tranh thêu

Ví dụ:

- Anh muốn mua gì ạ?
- Tôi muốn mua một bức tranh lụa.

a. ______________________________?

______________________________.

b. ______________________________?

______________________________.

c. ______________________________?

______________________________.

(3) Chọn các từ "quá, lắm, rất" để điền vào các chỗ trống sao cho thích hợp.

請選適當的*「太、非常、很」*填入空白處。

Ví dụ:

- Cà phê này thơm __________!

→Cà phê này thơm quá!

- Cà phê này thơm __________!

→Cà phê này thơm lắm!

- Cà phê này __________ thơm.

→Cà phê này rất thơm.

BÀI 8 | 第八課

a. Đà Lạt có __________ nhiều phong cảnh đẹp.

b. Các món ăn ở quán này rẻ __________!

c. Loại chôm chôm này ngọt __________!

(4) Hãy thay đổi các câu sau thành câu có từ "*nghe nói*".

請用「聽說」改寫句子。

Ví dụ:

Đồ thủ công mỹ nghệ ở Việt Nam rất nổi tiếng.

→Nghe nói đồ thủ công mỹ nghệ ở Việt Nam rất nổi tiếng.

a. Ở Việt Nam có rất nhiều đặc sản.

____

______________________________.

b. Món ăn Việt Nam phong phú lắm.

____

______________________________.

c. Người Việt Nam rất cần cù.

____

______________________________.

III. Chú thích ngữ pháp 語法解說

01 quá, lắm, rất 太、非常、很

quá 太

Phó từ chỉ mức độ, dùng trong câu cảm thán và thường đứng trước hoặc sau tính từ.
副詞，指程度，常用於感嘆句，可置於形容詞前或後。

Ví dụ:

- Cô ấy nói tiếng Việt giỏi quá!
  她的越南語說得太流利了！
- Cô ấy nói tiếng Việt quá giỏi!
  她的越南語說得太好了！

lắm 很、非常

Phó từ chỉ mức độ, thường đứng sau tính từ.
副詞，指程度，用於感嘆句，通常置於形容詞之後。

Ví dụ:

- Chị mặc chiếc áo này đẹp lắm!
  妳穿這件衣服很好看！
- Cà phê Việt Nam nổi tiếng lắm!
  越南的咖啡非常有名！

rất 很

Phó từ chỉ mức độ, dùng trong câu trần thuật và thường đứng trước tính từ.
副詞，指程度，用於陳述句，通常置於形容詞之前。

Ví dụ:

- A: Cô ấy nói tiếng Việt thế nào?
  她的越南語說得如何？

- B: Cô ấy nói tiếng Việt rất giỏi.
  她的越南語說得很流利。

02 nghe nói 聽說

Từ biểu thị khẳng định một cách dè dặt, khi dựa vào một nguồn tin nào đó.

對某特定的訊息來源表示肯定，但語氣保守、謹慎之詞。

Ví dụ:

- Nghe nói phong cảnh ở Việt Nam rất đẹp.
  聽說越南的風景很漂亮。
- Nghe nói bạn muốn đi Việt Nam du lịch à?
  聽說你想去越南旅遊是嗎？

03 cũng 也

Phó từ, có nghĩa là không khác hoặc tương tự như những trường hợp khác trước đó.

副詞，表達某情況或事物與前述類似。

Ví dụ:

- A: Tôi rất thích đồ thủ công mỹ nghệ của Việt Nam.
  我很喜歡越南的手工藝品。
- B: Tôi cũng vậy.
  我也是。
- A: Tôi là hướng dẫn viên du lịch.
  我是導遊。
- B: Tôi cũng là hướng dẫn viên du lịch.
  我也是導遊。

04 một ít 一些、少許

Từ đứng trước danh từ, dùng để biểu thị một lượng nhỏ hoặc không nhiều.

位於名詞前面，用來表示某數量少許或不多之詞。

Ví dụ:

- Tôi muốn mua một ít trái cây.
  我想買一些水果。
- Tôi có một ít tiền Việt.
  我有一些越南盾。

IV. Cẩm nang du lịch
旅遊小錦囊

Tìm kiếm các bảo vật trong nhà sách

Tại các nhà sách lớn ở Việt Nam, không những bán đủ các loại sách, mà còn bán băng đĩa nhạc, đồ chơi, đồ lưu niệm, đồ trang sức, văn phòng phẩm... để khách hàng chọn mua những thứ mình cần. Khách hàng vào nhà sách phải gửi túi xách ở một khu riêng, có người trông coi, chỉ được mang theo ví tiền.

Ngoài ra, trong nhà sách cũng có bán rất nhiều đồ thủ công mỹ nghệ truyền thống của Việt Nam, như gỗ điêu khắc, tranh sơn mài, tranh khảm trai, tranh thêu, tranh lụa, tranh giấy xoắn, tranh thư pháp... Nếu bạn không tìm thấy thì có thể hỏi nhân viên của nhà sách để được hướng dẫn.

到書店尋寶

在越南的大型書店，不但販售各類書籍，還有賣影音光碟（DVD、CD）、玩具、紀念品、飾品、文具等等，供顧客選購自己所需的物品。進入書店的顧客得寄放包包在置物櫃專區，那裡有人看守，顧客身上只能攜帶錢包。

除此之外，書店裡也有販售許多越南傳統的手工藝品，如木雕、磨漆畫、貝殼畫、繡畫、帛畫、捲紙畫、書法畫等等。若是找不到，你可詢問店員協助指引喔。

Từ vựng 詞彙

Từ vựng	詞彙
tại (介)	在
đủ (形)	齊全
các loại (名)	各類、各式各樣
sách (名)	書
văn phòng phẩm (名)	文具
băng đĩa nhạc (名)	影音光碟
đồ chơi (名)	玩具
đồ lưu niệm (名)	紀念品
đồ trang sức (名)	飾品
khách hàng (名)	顧客、客人
thứ (名)	東西、物品、種類
gửi (動)	寄放
vào (動)	進入
túi xách (名)	包包、手提包
trông coi (動)	看顧
chỉ (副)	只
mang theo (動)	攜帶
gỗ điêu khắc (名)	木雕
tranh khảm trai (名)	貝殼畫
tranh thư pháp (名)	書法畫
tìm thấy (動)	找到
hướng dẫn (動)	指引、說明

Chúc thuận lợi và thành công!
祝順利成功！

V. Mở rộng 延伸學習

01 Đồ thủ công mỹ nghệ nổi tiếng của Việt Nam 越南最有特色的手工藝品

gỗ điêu khắc	木雕	tranh lụa	帛畫
nón lá	斗笠	tranh thêu	繡畫
tranh Đông Hồ	東湖畫	tranh sơn mài	磨漆畫
tranh giấy xoắn	捲紙畫	tranh vỏ trứng	蛋殼畫
tranh gạo	米粒畫	tranh thư pháp	書法畫

02 Một số loại trái cây (hoa quả) Việt Nam 越南的水果

bơ	酪梨	me	羅望果
bưởi	柚子	mít	波羅蜜
chôm chôm	紅毛丹	nhãn	龍眼
chuối	香蕉	nho	葡萄
dưa hấu	西瓜	sầu riêng	榴槤
đu đủ	木瓜	thanh long	火龍果
hồng xiêm	人心果	vải	荔枝
lựu	石榴	vú sữa	牛奶果
măng cụt	山竹	xoài	芒果

＊ Ghi chú 備註：南北越用詞的對照

單位	越南語	簡寫	北越	南越
公斤	ki-lô-gam	kg	cân	kí/ký

Đáp án bài 8 第八課練習解答

Luyện nghe 聽一聽

An: Hôm nay mình đi siêu thị mua rất nhiều quà tặng.
Hải: Bạn mua quà gì vậy?
An: Mình mua kẹo dừa, bánh pía, cà phê, bánh đậu xanh và hạt điều.
Hải: Bạn mua hết bao nhiêu tiền?
An: Mình mua hết 500.000 (năm trăm nghìn) đồng.
Hải: Bạn còn mua thêm gì nữa không?
An: Ngày mai mình đi nhà sách mua thêm 2 (hai) bức tranh vỏ trứng và 3 (ba) bức tranh gạo.
Hải: Vậy ngày mai mình đi với bạn nhé.

安： 今天我去超市買許多伴手禮。
海： 妳買了什麼伴手禮啊？
安： 我買椰子糖、榴槤餅、咖啡、綠豆糕和腰果。
海： 妳全部花了多少錢？
安： 我花了 50 萬越盾。
海： 妳還有要買什麼嗎？
安： 我明天要去書店多買兩幅蛋殼畫和三幅米粒畫。
海： 那我明天跟妳去吧。

答案：(1) c　(2) b　(3) c

BÀI 8 | 第八課

Luyện viết 寫一寫

(1) a. Một gói kẹo dừa bao nhiêu tiền?
b. Một hộp bánh pía bao nhiêu tiền?
c. Một hộp bánh đậu xanh bao nhiêu tiền?

(2) a. -Anh muốn mua gì ạ?
-Tôi muốn mua một bức tranh sơn mài.
b. -Cô muốn mua gì ạ?
-Tôi muốn mua một bức tranh vỏ trứng.
c. -Chị muốn mua gì ạ?
-Tôi muốn mua một bức tranh thêu.

(3) a. Đà Lạt có rất nhiều phong cảnh đẹp.
b. Các món ăn ở quán này rẻ lắm!
c. Loại chôm chôm này ngọt quá!

(4) a. Nghe nói ở Việt Nam có rất nhiều đặc sản.
b. Nghe nói món ăn Việt Nam phong phú lắm.
c. Nghe nói người Việt Nam rất cần cù.

BÀI 9 | 第九課

THAM QUAN

參觀

Nội dung chính 學習重點

- Tham quan
- Chú thích ngữ pháp:
  + sẽ
  + đâu
  + nhất

BÀI 9 | 第九課

THAM QUAN

參觀

I. Hội thoại 會話

Hải và An thảo luận với nhau về việc tham quan Thành phố Hồ Chí Minh.

海和安討論關於參觀胡志明市的話題。

Hội thoại 1 會話 1

▶ MP3-36

Hải An ơi, ngày mai chúng ta **sẽ** đi **đâu**?

An Chúng ta đi tham quan Dinh Độc Lập đi.

Hải Chúng ta **sẽ** đi bằng (phương tiện giao thông) gì?

An Đi bằng xe buýt là tiết kiệm **nhất** và tiện lợi **nhất**.

Hải Mấy giờ chúng ta xuất phát?

An 7 giờ sáng mai nhé.

海：安啊，明天我們會去哪裡？

安：我們去參觀獨立宮吧。

海：我們會搭什麼交通工具？

安：搭公車最節省又最便利。

海：我們幾點出發？

安：明天早上 7 點吧。

Từ vựng 詞彙

ngày mai 名	明天
tiện lợi 形	便利
sáng mai 名	明天早上
xuất phát 動	出發
Dinh Độc Lập 專名	獨立宮

Hội thoại 2 會話 2

▶ MP3-37

Hải An ơi, chúng ta đi vòng quanh Quận 1 (nhất) đi.

An Chúng ta **sẽ** đi tham quan nhà thờ Đức Bà,
bưu điện Thành phố, chợ Bến Thành
và nhà hát Thành phố nhé.

Hải Chúng ta **sẽ** đi bằng (phương tiện giao thông) gì?

An Đi bằng xích lô hay đi bộ đều được,
nhưng đi bằng xích lô là thú vị **nhất**.

Hải Vậy chúng ta đi bằng xích lô nhé.

海：安啊，我們繞第一郡一圈吧。

安：我們會去參觀聖母大教堂、城市郵政局、濱城市場和胡志明市歌劇院吧。

海：我們會要搭什麼交通工具？

安：坐三輪車或走路都可以，但坐三輪車是最好玩的。

海：那我們坐三輪車吧。

Từ vựng 詞彙

vòng quanh 動	繞一圈
nhà thờ Đức Bà 專名	聖母大教堂
bưu điện Thành phố 專名	胡志明市郵政局
chợ Bến Thành 專名	濱城市場
nhà hát Thành phố 專名	胡志明市歌劇院
xe xích lô 名	三輪車
đi bộ 動	走路
thú vị 形	有趣、好玩

II. Luyện tập 練習

1. Nói 說一說

▶ MP3-38

(1)

Hôm nay Ngày mai Ngày kia	anh Hải chị An cô Mai	sẽ đi tham quan	phố cổ Hội An. chùa Hương. địa đạo Củ Chi.

(2)

Đi bằng	xe ôm máy bay tàu hoả	là	tiện nhanh thú vị	nhất.

(3)

Anh Chị Bạn	mua sách ăn phở bò đi dạo chợ đêm	ở đâu?

Tôi	mua sách ăn phở bò đi dạo chợ đêm	ở	nhà sách Nguyễn Huệ. chợ Bến Thành. Quận 1 (nhất).

2. Nghe 聽一聽

▶ MP3-39

Nghe đoạn hội thoại giữa Thu và Hải, sau đó chọn câu trả lời đúng.

請聽秋與海的對話，並選出正確的答案。

(1) Thu muốn đi du lịch ở đâu?

a. Nha Trang
b. Vũng Tàu
c. Đà Nẵng

(2) Nha Trang cách Thành phố Hồ Chí Minh khoảng bao nhiêu ki-lô-mét?

a. khoảng 350 (ba trăm năm mươi) ki-lô-mét
b. khoảng 450 (bốn trăm năm mươi) ki-lô-mét
c. khoảng 550 (năm trăm năm mươi) ki-lô-mét

(3) Thu sẽ đi Nha Trang bằng gì?

a. tàu hoả
b. máy bay
c. xe buýt

3. Viết 寫一寫

(1) Hoàn thành các mẩu đối thoại sau đây.

請看圖並完成以下的對話。

Ví dụ:
A: Đây là đâu?
B: Đây là cầu Nhật Bản ở Hội An.

cầu Nhật Bản/Hội An

a. A: Kia là đâu?

B: Kia là ______________________

______________________.

thác Bản Giốc/Cao Bằng

b. A: Đây là đâu?

B: Đây là ______________________________

______________________________________.

tháp Bà Ponagar/
Nha Trang

chợ nổi Cái Răng/Cần Thơ

c. A: Đó là đâu?

B: Đó là ______________________________

______________________________________.

(2) Hãy dùng các cụm từ đã cho sẵn trong ngoặc đơn để viết các câu trả lời.

請依括號中的提示並寫出答句。

Ví dụ:

- Chị muốn đi tham quan ở đâu?
- Tôi muốn đi tham quan nhà thờ Tân Định.

(nhà thờ Tân Định)

a. Cô muốn đi tham quan ở đâu?

____

(phố cổ Hội An)

BÀI 9 | 第九課

b. Các bạn muốn đi tham quan ở đâu?

____

(chùa Hương)

c. Anh ấy muốn đi tham quan ở đâu?

____

(chợ An Đông)

(3) Dựa vào nội dung cho sẵn dưới đây, dùng "nhất" để đặt câu có hình thức so sánh.

請使用「最」造比較句。

Ví dụ:
- Áo sơ mi một chiếc 200 nghìn đồng.
- Áo phông một chiếc 150 nghìn đồng.
- Áo khoác một chiếc 300 nghìn đồng.

→ Áo khoác đắt nhất.

→ Áo phông rẻ nhất.

a. - Phòng đơn một đêm 400 nghìn đồng.

- Phòng đôi một đêm 500 nghìn đồng.

- Phòng gia đình một đêm 600 nghìn đồng.

→ ____

→ ____

b. - Một đĩa cơm sườn 50 nghìn đồng.
- Một tô phở bò 60 nghìn đồng.
- Một phần gỏi cuốn 40 nghìn đồng.

→ ______________________________

→ ______________________________

c. - Một gói kẹo dừa 28 nghìn đồng.
- Một gói bánh pía 45 nghìn đồng.
- Một gói cà phê 50 nghìn đồng.

→ ______________________________

→ ______________________________

(4) Sắp xếp các từ ngữ sau đây thành câu.

重組句子。

Ví dụ:

tôi/vé/mua/đi/muốn/máy bay/Huế

→ Tôi muốn mua vé máy bay đi Huế.

a. rối nước/múa/nhất/thú vị/là/xem

→ ______________________________

b. đi/chị Thu/Nha Trang/ngày mai/du lịch

→ ______________________________

c. tranh/rất/anh Hải/thích/Đông Hồ

→ ______________________________

BÀI 9 | 第九課

(5) Chọn từ thích hợp “tiện lợi, tiết kiệm, nhanh, chậm” điền vào chỗ trống.

請從「便利、節省、快速、緩慢」中選出適合的詞語，並填入句子中。

Ví dụ:

→Đi bằng xe ôm là **tiện lợi** nhất.

a. Đi bằng xe buýt là ______________________ nhất.

b. Đi bằng tàu cao tốc là ______________________ nhất.

c. Đi bằng xích lô là ______________________ nhất.

III. Chú thích ngữ pháp
語法解說

01 sẽ 將、會

Phó từ, biểu thị sự việc diễn ra trong tương lai.
副詞，表示某事未來會演變或發生，相似華語的「將、會」。

Ví dụ:

- Tháng sau tôi sẽ đi Việt Nam du lịch.
  下個月我會去越南旅遊。
- Tối mai tôi sẽ đi chợ hoa đêm.
  明天晚上我會逛夜間花市。

02 đâu 哪兒、哪裡

Đại từ nghi vấn, chỉ một nơi chốn nào đó chưa rõ, cần được xác định.
疑問代名詞，指某未知而需要確定的地點，相似華語的「哪兒、哪裡」。

Ví dụ:

- Bây giờ chúng ta đi đâu?
  現在我們去哪裡？
- Nhà thờ Đức Bà ở đâu?
  聖母大教堂在哪裡？

03 nhất 最、之最

Phó từ thường đặt sau tính từ, dùng để so sánh, chỉ mức độ cao nhất hoặc thấp nhất trong một phạm vi cụ thể.
副詞，常放在形容詞後面，用來表示相較之下最高及最低的程度，相似華語的「最、之最」。

Ví dụ:

- Chiếc áo này đắt nhất.
  這件衣服最貴。
- Món ăn này ngon nhất.
  這道菜最好吃。

IV. Cẩm nang du lịch
旅遊小錦囊

Chợ hoa đêm

Nếu bạn là người yêu hoa, thì bạn đừng bỏ lỡ cơ hội đến với các chợ hoa đêm ở Hà Nội. Các chợ hoa đêm lớn nhất ở đây thường họp lúc 2 giờ sáng. Tuy chỉ bán một mặt hàng duy nhất là hoa, nhưng chợ hoa đêm lại tấp nập không thua kém bất cứ khu chợ nào.

Chợ có rất nhiều loại hoa, màu sắc đa dạng, nên thu hút du khách khắp nơi đến tham quan. Có người thức trắng đêm lang thang trong chợ, không phải để mua hoa, mà là để cảm nhận và trải nghiệm một phần cuộc sống Hà Nội về đêm.

夜間花市

如果你是愛花者，請不要錯過來到河內的夜間花市逛逛。在這裡，各大夜間花市大約在凌晨兩點開市。雖然花是唯一的商品，但夜間花市的熱鬧程度不輸任何傳統市場。

花市內販售各種花，色彩繽紛，因此吸引各地旅客造訪。有人通宵在夜間花市裡閒逛，不是為了買花，而是想要感受及體驗河內夜晚生活的一部分。

Từ vựng 詞彙

yêu 動	愛	tấp nập 形	熙來攘往
hoa 名	花	thua kém 動	輸於、比不上
đừng 動	別、勿、不要	bất cứ... 連	任何……
bỏ lỡ 動	錯過	màu sắc 名	色彩、顏色
cơ hội 名	機會	ngắm hoa 動	賞花
đến với 動	來到	khắp nơi 形	各地、到處
chợ hoa đêm 名	夜間花市	thức trắng đêm 動	熬夜、通宵
thường 副	常常	lang thang 動	流浪、閒逛
họp 動	開市	cảm nhận 動	感受
lúc... 名	……時候	một phần 名	一部分
mặt hàng 名	貨品、商品	cuộc sống 名	生活
duy nhất 形	唯一		

Chúc an khang thịnh vượng!
祝安康興盛！

V. Mở rộng 延伸學習

01 Các di sản thế giới ở Việt Nam 越南世界遺產

a. Di sản thiên nhiên và văn hoá 自然和文化遺產

Khu trung tâm Hoàng thành Thăng Long (Hà Nội)	河內昇龍皇城
Vịnh Hạ Long (Quảng Ninh)	廣寧下龍灣
Quần thể danh thắng Tràng An (Ninh Bình)	寧平長安名勝群
Thành Nhà Hồ (Thanh Hoá)	清化胡朝城堡
Vườn quốc gia Phong Nha-Kẻ Bàng (Quảng Bình)	廣平峰牙己榜國家公園
Quần thể di tích cố đô Huế	順化古都歷史建築群
Thánh địa Mỹ Sơn (Quảng Nam)	廣南美山聖地
Khu phố cổ Hội An (Quảng Nam)	廣南會安古街

b. Di sản sinh thái 生態遺產

Công viên địa chất Non nước Cao Bằng	高平地質公園
Công viên địa chất cao nguyên đá Đồng Văn (Hà Giang)	河江同文高原地質公園
Công viên địa chất Đắk Nông	得農地質公園
Khu dự trữ sinh quyển Châu thổ sông Hồng	紅河三角洲生物圈保護區
Khu dự trữ sinh quyển Cát Bà (Hải Phòng)	海防吉婆島生物圈保護區
Khu dự trữ sinh quyển Tây Nghệ An	義安西部生物圈保護區
Khu dự trữ sinh quyển Cù Lao Chàm (Quảng Nam)	廣南占婆島生物圈保護區
Khu dự trữ sinh quyển Lang Biang (Đà Lạt)	林同大叻浪平生物圈保護區
Khu dự trữ sinh quyển Đồng Nai	同奈生物圈保護區

Khu dự trữ sinh quyển rừng ngập mặn Cần Giờ (Thành phố Hồ Chí Minh)	胡志明市芹椰紅樹林保護區
Khu dự trữ sinh quyển Kiên Giang	堅江生物圈保護區
Khu dự trữ sinh quyển Mũi Cà Mau	金甌生物圈保護區

02 Các điểm tham quan du lịch ở thủ đô Hà Nội 河內著名景點

Bảo tàng Dân tộc học Việt Nam	越南民族學博物館
Cầu Long Biên	龍邊橋
Chợ Đồng Xuân	同春市場
Chùa Hương	香寺
Chùa Một Cột	一柱寺
Chùa Trấn Quốc	鎮國寺
Con đường Gốm sứ	河內陶瓷路
Cột cờ Hà Nội	河內旗台
Ga Hà Nội	河內火車站
Hồ Hoàn Kiếm	還劍湖
Hồ Tây	西湖
Làng gốm Bát Tràng	鉢場陶瓷村
Lăng Bác	胡志明陵寢
Nhà thờ Lớn Hà Nội	河內大教堂
Nhà hát Lớn Hà Nội	河內歌劇院
Nhà tù Hoả Lò	火爐監獄
Phố cổ Hà Nội	河內古街
Quảng trường Ba Đình	巴亭廣場
Văn Miếu-Quốc Tử Giám	文廟國子監
Vườn quốc gia Ba Vì	巴維國家公園

03 Các điểm tham quan du lịch ở Thành phố Hồ Chí Minh
胡志明市著名景點

Bảo tàng Chứng tích chiến tranh	戰爭博物館
Bảo tàng Lịch sử Việt Nam	越南歷史博物館
Cầu Ánh sao	星之橋
Chợ An Đông	安東市場
Chợ Bình Tây	平西市場
Chùa Vĩnh Nghiêm	永嚴寺
Chung cư 42 Nguyễn Huệ (The Cafe Apartment)	咖啡公寓
Đền Hùng	雄王廟
Địa đạo Củ Chi	古芝地道
Đường sách Nguyễn Văn Bình	阮文平書街
Khu phố Phạm Ngũ Lão	范五老街
Nhà hát Thành phố	胡志明市歌劇院
Nhà thờ Tân Định	新定粉紅教堂
Phố đi bộ Nguyễn Huệ	阮惠街行人廣場
Thánh thất Sài Gòn	西貢高台教堂

Đáp án bài 9 第九課練習解答

Luyện nghe 聽一聽

Thu: Anh Hải ơi, nghe nói Nha Trang đẹp lắm, tôi muốn đi Nha Trang du lịch.
Hải: Nha Trang không những phong cảnh đẹp, mà còn có nhiều món ăn ngon.
Thu: Nha Trang cách Thành phố Hồ Chí Minh khoảng bao nhiêu kilômét?
Hải: Khoảng 450 (bốn trăm năm mươi) kilômét.
Thu: Từ Thành phố Hồ Chí Minh đến Nha Trang mất bao lâu?
Hải: Nếu đi bằng máy bay mất khoảng 40 (bốn mươi) phút, còn đi bằng tàu hoả mất khoảng 8 (tám) tiếng.
Thu: Theo anh, thì tôi nên đi bằng gì?
Hải: Đi bằng máy bay nhanh hơn, nhưng đi bằng tàu hoả thì thú vị hơn.
Thu: Vậy thì tôi sẽ đi bằng tàu hoả.

秋： 海哥，聽說芽莊很漂亮，我想去芽莊旅遊。
海： 芽莊不但風景漂亮，而且還有許多美食。
秋： 芽莊距離胡志明市多少公里？
海： 大約 450 公里。
秋： 從芽莊到胡志明市要多久？
海： 如果搭飛機約 40 分鐘，而搭火車約 8 個小時。
秋： 你認為我該搭什麼交通工具？
海： 搭飛機比較快，但搭火車比較好玩。
秋： 那麼我就搭火車去。

答案：(1) a　(2) b　(3) a

Luyện viết 寫一寫

(1) a. Kia là thác bản Giốc ở Cao Bằng.
    b. Đây là tháp Bà Ponagar ở Nha Trang.
    c. Đó là chợ nổi Cái Răng ở Cần Thơ.

(2) a. Tôi muốn đi tham quan phố cổ Hội An.
    b. Chúng tôi muốn đi tham quan chùa Hương.
    c. Anh ấy muốn đi tham quan chợ An Đông.

(3) a. Phòng gia đình đắt nhất.
    Phòng đơn rẻ nhất.
    b. Phở bò đắt nhất.
    Gỏi cuốn rẻ nhất.
    c. Cà phê đắt nhất.
    Kẹo dừa rẻ nhất.

(4) a. Xem múa rối nước là thú vị nhất.
    b. Ngày mai chị Thu đi Nha Trang du lịch.
    c. Anh Hải rất thích tranh Đông Hồ.

(5) a. Đi bằng xe buýt là tiết kiệm nhất.
    b. Đi bằng tàu cao tốc là nhanh nhất.
    c. Đi bằng xích lô là chậm nhất.

BÀI 10 | 第十課

HỎI ĐƯỜNG

問路

Nội dung chính 學習重點

- Hỏi đường
- Chú thích ngữ pháp:
  + xin lỗi
  + chừng, độ chừng; khoảng, khoảng chừng
  + rẽ, quẹo
  + thêm... nữa

BÀI 10 | 第十課

HỎI ĐƯỜNG
問路

I. Hội thoại 會話

An hỏi đường đến nhà hát múa rối Thăng Long.
安詢問到河內昇龍水上木偶劇院的路怎麼走。

Hội thoại 會話

▶ MP3-40

An: **Xin lỗi**, anh cho tôi hỏi, từ đây đến nhà hát múa rối Thăng Long có xa không ạ?

Người đi đường: Từ đây đến đó không xa lắm đâu. **Độ chừng** 500 mét.

An: Anh làm ơn chỉ cho tôi đường đến đó được không?

Người đi đường: Cô đi thẳng, tới ngã tư thứ hai thì **rẽ** trái, đi **thêm** khoảng 200 mét **nữa**, nhà hát ở bên phải.

An: Dạ, cám ơn anh ạ.

Người đi đường: Không có gì.

安：不好意思，請問從這裡到昇龍水上木偶劇院會很遠嗎？
路人：從這裡到那裡不會很遠，大約 500 公尺。
安：麻煩你告訴我到那裡的路好嗎？
路人：妳直走，到第二個十字路口就左轉，再走約 200 公尺，昇龍水上木偶劇院就在右邊。
安：感謝你。
路人：不客氣。

Từ vựng 詞彙

xa 形	遠
mét 名	米、公尺
chỉ 動	指引、告訴
đường 名	路
đi thẳng 動	直走
tới 動	到
nhà hát múa rối Thăng Long 專名	昇龍水上木偶劇院
ngã tư 名	十字路口
thứ hai 名	第二
rẽ 動	轉、彎
trái 形介	左
bên phải 名	右邊

II. Luyện tập 練習

1. Nói 說一說

▶ MP3-41

(1)

Từ đây đến	hồ Tây chùa Một Cột Văn Miếu	có xa không?

(2)

Từ đây đến đó	xa lắm. không xa lắm đâu. khoảng 500 mét.

(3)

Nếu	đi bộ đi bằng xe đạp đi bằng xe máy	thì mất khoảng bao lâu?	- Mất khoảng 1 tiếng. - Mất khoảng 30 phút - Mất khoảng 15 phút.

2. Nghe 聽一聽

▶ MP3-42

Nghe đoạn hội thoại giữa An và người đi đường, sau đó chọn câu trả lời đúng.

請聽安和路人的對話，並選出正確的答案。

(1) An muốn đi đâu?

a. Văn Miếu
b. chùa Một Cột
c. phố cổ Hà Nội

(2) Đoạn đường từ chỗ An đứng đến Văn Miếu khoảng bao xa?

a. khoảng 500 (năm trăm) mét
b. khoảng 400 (bốn trăm) mét
c. khoảng 300 (ba trăm) mét

(3) Văn Miếu ở bên nào?

a. ở bên trái
b. ở bên phải
c. cả hai đều đúng

3. Viết 寫一寫

(1) Dùng "không xa lắm đâu" và "khoảng" để hoàn thành các mẩu đối thoại sau.

使用「不會很遠」和「大約」完成以下的對話。

Ví dụ: hồ Tây/300 (ba trăm) mét
Anh làm ơn cho tôi hỏi, từ đây đến hồ Tây có xa không?
-Không xa lắm đâu, khoảng 300 (ba trăm) mét.

a. chợ Bến Thành/500 (năm trăm) mét

Bác làm ơn cho cháu hỏi, từ đây đến chợ Bến Thành có xa không?

- ____________________

b. nhà thờ Đức Bà/150 (một trăm năm mươi) mét

Chị làm ơn cho em hỏi, từ đây đến nhà thờ Đức Bà có xa không?

- ____________________

c. địa đạo Củ Chi/70 (bảy mươi) ki-lô-mét

Cô làm ơn cho tôi hỏi, từ đây đến địa đạo Củ Chi có xa không?

- ____________________

(2) Xem ảnh và chọn đáp án đúng: "rẽ phải, rẽ trái, ngã tư, đi thẳng".

看圖並寫出正確的答案：「*右轉、左轉、十字路口、直走*」。

Ví dụ:

rẽ trái

a. ____________________

b. ____________________

c. ____________________

(3) Chọn từ thích hợp "*bao nhiêu, bao lâu, bao xa, bao giờ*" điền vào chỗ trống.

從「*多少、多久、多遠、何時*」當中選出適當的詞語，並填入句子中。

Ví dụ:

- Chiếc áo này giá bao nhiêu?

a. Từ Đài Trung đến Đài Bắc đi bằng ô tô mất __________?

b. Từ nhà bạn đến trường khoảng __________?

c. __________ cô ấy đi Việt Nam du lịch?

(4) Hải và An từ khách sạn Hoa Mai muốn đi đến Văn Miếu, hãy nhìn vào bản đồ và chỉ đường cho họ đến đó.

海和安想從梅花旅館走到文廟，請看地圖並告訴他們到那裡的路怎麼走。

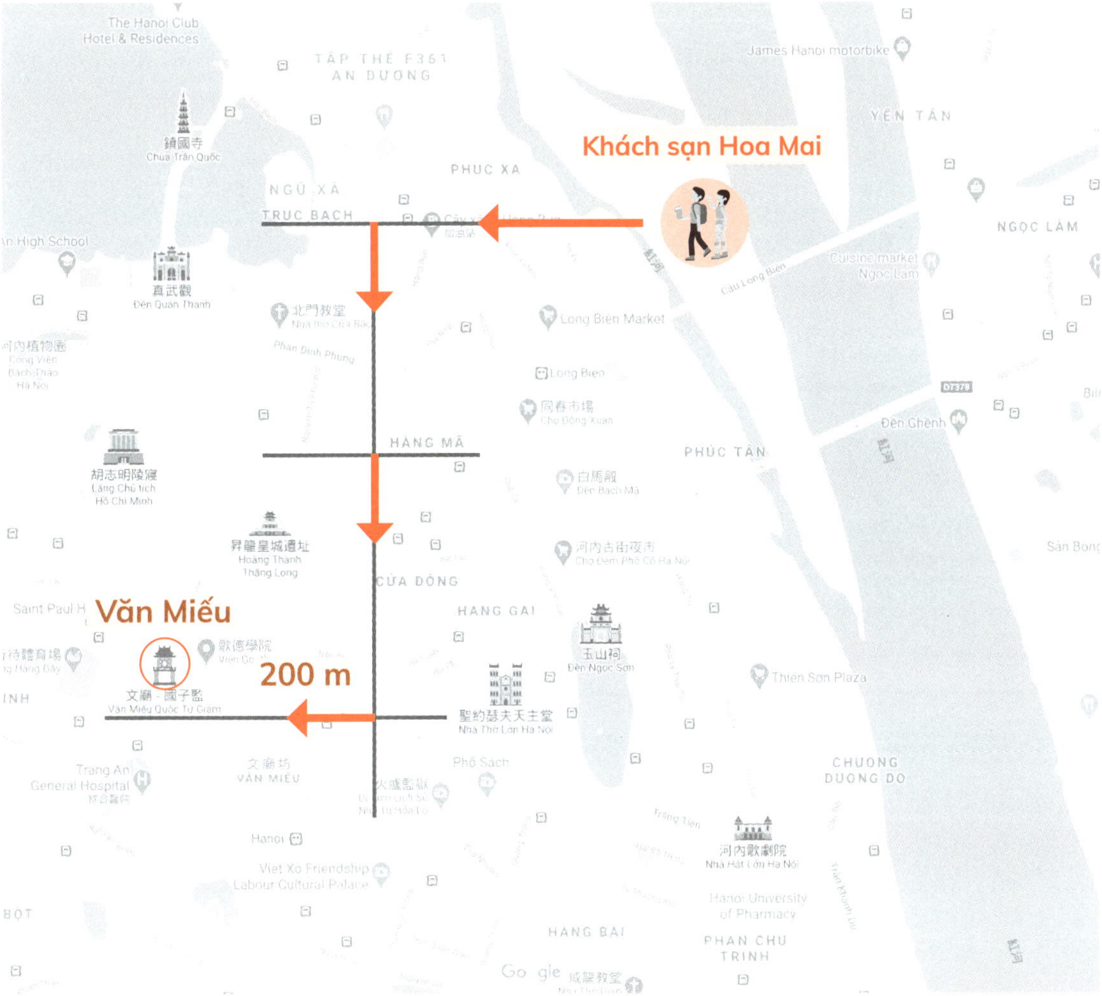

III. Chú thích ngữ pháp
語法解說

01 xin lỗi 不好意思、對不起、道歉、抱歉、請原諒

Động từ, đặt ở đầu câu để tỏ phép lịch sự hoặc nhận lỗi về mình và mong nhận được sự tha thứ.
動詞，放在句首以表示禮貌，或承認自己的過錯並請求原諒。

Ví dụ:

- Xin lỗi, anh là người Đài Loan phải không ạ?
  不好意思，你是台灣人嗎？

  -Vâng, tôi là người Đài Loan.
  是的，我是台灣人。

  -Không, tôi không phải là người Đài Loan.
  不，我不是台灣人。

- Xin lỗi, (vì) tôi đã đến muộn.
  抱歉，（因為）我遲到了。

02 chừng, độ chừng; khoảng, khoảng chừng 大概、大約、差不多

Phó từ ước độ khoảng cách, không gian, thời gian không xác định.
副詞，估計不確定的距離、空間和時間。

Ví dụ:

- Từ khách sạn đến ngân hàng độ chừng 300 (ba trăm) mét.
  從旅館到銀行大約 300 公尺。

- Từ Cao Hùng đi tàu cao tốc đến Đài Bắc khoảng chừng 2 (hai) tiếng.
  從高雄搭高鐵到台北大約 2 個小時。

03 rẽ, quẹo 轉、彎

Động từ, ý chỉ đi sang một hướng khác hoặc rẽ sang một đường khác.
動詞，意指轉至另一側，或轉入另一條道路，相似華語的「轉、彎」。

Ví dụ:

- rẽ phải; rẽ trái
  右彎；左彎
- quẹo phải; quẹo trái
  右彎；左彎

04 thêm... nữa 再……、多……、添……、加……

Kết cấu biểu thị một sự hiện tượng hoặc một hành động nào đó lặp đi lặp lại hoặc vẫn còn tiếp tục; hoặc đứng trước trợ từ "không, à, hả" trong câu nghi vấn, dùng để hỏi thêm vào hoặc bổ sung.
表示某現象或行為重複或仍持續；或者用在疑問句中，置於「嗎、是嗎」等助詞之前，用來詢問是否要增加或補充。相似華語的「再……、多……、添……、加……」。

Ví dụ:

- Tôi muốn xem múa rối nước thêm một lần nữa.
  我想再一次欣賞水上木偶戲。
- Anh còn mua thêm gì nữa không?
  你還要再（多）買什麼嗎？

BÀI 10 | 第十課

IV. Cẩm nang du lịch
旅遊小錦囊

Xem múa rối nước

Múa rối nước là những con rối được làm bằng gỗ biểu diễn trên mặt nước, do sự điều khiển của những nghệ nhân đứng phía sau tấm phông che của sân khấu, thông qua hệ thống sào, dây... và được phụ trợ bởi tiếng trống, tiếng sáo và các nhạc cụ truyền thống.

Múa rối nước là một loại hình nghệ thuật sân khấu dân gian truyền thống độc đáo và duy nhất chỉ có ở Việt Nam, được khách du lịch trong và ngoài nước rất yêu thích. Nếu có dịp đến Việt Nam, mời bạn cùng đến thưởng thức môn nghệ thuật dân gian đầy thú vị này nhé!

觀賞水上木偶戲

水上木偶戲是使用木偶在水上表演，由站在舞台垂簾後方的操偶師透過竹竿、繩子等操作，並結合鼓聲、笛聲及各種傳統樂器搭配演奏。

水上木偶戲是一種獨具特色，且是越南獨有的民間傳統舞台藝術，深受國內外的旅客喜愛。若有機會到越南，歡迎你共同欣賞這門充滿趣味的民間藝文活動！

Nhà hát múa rối nước Rồng Vàng
金龍水上木偶劇院
地址：55B Nguyễn Thị Minh Khai, Phường Bến Thành, Quận 1, Thành phố Hồ Chí Minh
電話：+84 28 3930 2196

Nhà hát múa rối Thăng Long
河內昇隆水上木偶戲院
地址：57B Đinh Tiên Hoàng, Hàng Bạc, Hoàn Kiếm, Hà Nội
電話：+84 24 3824 9494

Từ vựng 詞彙

múa rối nước (動)	水上木偶戲
con rối (名)	偶
được làm bằng... (動片)	用……製作的
gỗ (名)	木頭
biểu diễn (動)	表演
mặt nước (名)	水面
do (介)	由
sự điều khiển (名)	操作
nghệ nhân (名)	操偶師（藝人）
đứng (動)	站
tấm phông (動)	垂簾
che (動)	遮、遮住
thông qua (介)	透過、藉由
hệ thống (名)	系統
sào (名)	竹竿
dây (名)	繩子
phụ trợ (動)	輔助
bởi (介)	藉由
tiếng trống (名)	鼓聲
tiếng sáo (名)	笛聲
nhạc cụ (名)	樂器
loại hình (名)	類型
nghệ thuật (名)	藝術
sân khấu (名)	舞台
dân gian (名)	民間
độc đáo (形)	獨特
dịp (名)	機會
môn (nghệ thuật) (名)	門、項（藝術）

Chúc công thành danh toại!
祝功成名就！

V. Mở rộng 延伸學習

01 Từ chỉ vị trí và phương hướng 指位置與方向的詞語

trên	上	bên cạnh	旁邊	Đông	東
dưới	下	giữa/ở giữa	中間	Tây	西
trong	裡	trái	左	Nam	南
ngoài	外	phải	右	Bắc	北
trước	前	đối diện	對面		
sau	後	gần	附近		

02 Những ngày lễ tết quan trọng trong năm của Việt Nam 越南全年最重要節慶

Tết Nguyên đán	農曆過年（農曆新年）
Tết Nguyên tiêu	元宵節（農曆 1 月 15 日）
Tết Thanh minh	清明節（陽曆 4 月 4 或 5 日）
Giỗ Tổ Hùng Vương	雄王節（農曆 3 月 10 日）
Tết Đoan ngọ	端午節（滅蟲節）（農曆 5 月 5 日）
Tết Trung thu	中秋節（農曆 8 月 15 日）
Tết Dương lịch	陽曆新年（陽曆 1 月 1 日）
Lễ Vu lan (rằm tháng Bảy)	盂蘭盆節（中元節）（農曆 7 月 15 日）
Lễ Tình nhân	西洋情人節（陽曆 2 月 14 日）
Lễ Quốc khánh	國慶日（陽曆 9 月 2 日）
Lễ Giáng sinh	聖誕節（陽曆 12 月 24 日）
Ngày Quốc tế Phụ nữ	國際婦女節（陽曆 3 月 8 日）
Ngày Giải phóng miền Nam	南部解放日（統一日）（陽曆 4 月 30 日）
Ngày Quốc tế Lao động	國際勞動節（陽曆 5 月 1 日）
Ngày Quốc tế Thiếu nhi	國際兒童節（陽曆 6 月 1 日）
Ngày Phụ nữ Việt Nam	越南婦女節（陽曆 10 月 20 日）
Ngày Nhà giáo Việt Nam	越南教師節（陽曆 11 月 20 日）

＊ Ghi chú 備註：

中文	英文縮寫	越南語
公里	km	ki-lô-mét/cây/cây số

Đáp án bài 10 第十課練習解答

Luyện nghe 聽一聽

An: Bác làm ơn cho cháu hỏi, từ đây đến Văn Miếu có xa không ạ?

Người đi đường: Không xa lắm đâu, khoảng 500 (năm trăm) mét.

An: Xin bác chỉ đường giúp cháu.

Người đi đường: Cô đi thẳng về phía trước, qua một ngã ba, đến ngã tư rẽ phải, đi thêm khoảng 300 (ba trăm) mét nữa, gặp ngã ba rẽ trái, đi thêm khoảng 100 (một trăm) mét nữa thì tới nơi, Văn Miếu ở bên phải.

An: Đi thẳng... một ngã ba... ngã tư rẽ phải... 300 mét... ngã ba rẽ trái... 100 mét... Văn Miếu ở bên phải.

安： 伯伯您好，請問從這裡到文廟有多遠？

售貨員： 不會很遠，大約 500 公尺。

安： 麻煩伯伯告訴我到那裡的路怎麼走。

售貨員： 妳直走，經過一個三岔路口，到十字路口右轉，多走約 300 公尺，遇到一個三岔路口左轉，再走約 100 公尺就到達，文廟在右邊。

安： 直走……三岔路口……十字路口右轉……300 公尺……三岔路口左轉……100 公尺……文廟在右邊。

答案：(1) a　(2) a　(3) b

Luyện viết 寫一寫

(1) a. Không xa lắm đâu, khoảng 500 (năm trăm) mét.
b. Không xa lắm đâu, khoảng 150 (một trăm năm mươi) mét.
c. Không xa lắm đâu, khoảng 70 (bảy mươi) ki-lô-mét.

(2) a. rẽ phải
b. đi thẳng
c. ngã tư

(3) a. Từ Đài Trung đến Đài Bắc đi bằng ô tô mất bao lâu?
b. Từ nhà bạn đến trường khoảng bao xa?
c. Bao giờ cô ấy đi Việt Nam du lịch?

(4) Anh chị đi thẳng đến ngã ba thì rẽ trái, đi thẳng đến ngã tư thứ hai thì rẽ phải, đi thêm khoảng 200 (hai trăm) mét nữa, Văn Miếu ở bên phải.

BÀI 11 | 第十一課

KHÁM BỆNH

看病

Nội dung chính 學習重點

- Khám bệnh
- Chú thích ngữ pháp:
  + bị, được
  + bị làm sao
  + thấy
  + hơi
  + vài

BÀI 11 | 第十一課

KHÁM BỆNH

看病

I. Hội thoại 會話

Hải bị cảm, anh ấy đến phòng khám để khám bệnh.

海感冒了，他到診所看醫生。

Hội thoại 會話

▶ MP3-43

Bác sĩ Chào anh. Anh **bị làm sao**?

Hải Tôi **bị** đau đầu, chóng mặt và **hơi** sốt.

Bác sĩ Anh có ho và sổ mũi không?

Hải Dạ có ạ. Tôi cũng **thấy** đau bụng nữa.

Bác sĩ Anh **bị** cảm, chỉ cần uống thuốc và nghỉ ngơi **vài** ngày thì sẽ khỏi thôi.

Hải Dạ vâng ạ.

Bác sĩ Đây là đơn thuốc của anh. Một ngày uống 3 lần, sau bữa ăn, mỗi lần 3 viên, mỗi loại 1 viên. Nếu sốt cao trên 38,5°C (ba mươi tám độ rưỡi) thì uống thêm viên màu hồng này.

Hải Dạ. Cám ơn bác sĩ ạ!

醫生：你好。你怎麼了？

海：我頭痛、暈眩和發燒。

醫生：你有咳嗽和流鼻水嗎？

海：有。我也覺得肚子痛。

醫生：你感冒了，只要吃藥和休息幾天就會好。

海：好的。

醫生：這是你的藥單。一天服用 3 次，飯後服用，每次 3 粒，每種 1 粒。
如果發高燒到 38.5°C 以上就多服用粉紅色的這粒（藥）。

海：好的，謝謝醫生！

Từ vựng 詞彙

đau đầu 動	頭痛	**uống thuốc** 動	服藥、吃藥
chóng mặt 動	暈眩	**nghỉ ngơi** 動	休息
sốt 動	發燒	**khỏi (bệnh)** 動	（病）好、康復
cao 形	高	**đơn thuốc** 名	藥單
ho 動	咳嗽	**lần** 名	次
sổ mũi 動	流鼻水	**viên** 名	粒、顆（藥）
đau bụng 動	腹痛	**độ** 名	度
cảm 名動	感冒	**trên** 名介	上、（以）上

II. Luyện tập 練習

1. Nói 說一說

▶ MP3-44

(1)

Anh Chị Cô	bị làm sao?	- Tôi	bị	đau dạ dày. đau răng. đau mắt.

(2)

Anh Chị Cô	thấy	trong người thế nào?	- Tôi	thấy	hơi	đau đầu. đau bụng. chóng mặt.

(3)

Anh Chị Cô	chỉ cần	uống thuốc nghỉ ngơi nhỏ thuốc	vài	lần ngày tuần	thì sẽ khỏi thôi.

2. Nghe 聽一聽

▶ MP3-45

Nghe đoạn văn ngắn nói về bệnh tình của Hải, sau đó chọn câu trả lời đúng.

請聽短文中關於海的病情描述，並選出正確的答案。

(1) Bác sĩ bảo Hải bị bệnh gì?

a. đau bụng và tiêu chảy
b. đau bụng và buồn nôn
c. viêm dạ dày ruột

(2) Một ngày Hải phải uống thuốc mấy lần?

a. 1 (một) lần
b. 2 (hai) lần
c. 3 (ba) lần

(3) Hải uống thuốc trước hay sau bữa ăn?

a. trước bữa ăn
b. sau bữa ăn
c. cả hai đều đúng

3. Viết 寫一寫

(1) Nối các từ sau đây với nhau.

連一連。

buồn nôn	腹瀉
dị ứng	反胃
đau bụng	咽喉發炎
đau đầu	頭痛
hắt hơi	咳嗽
ho	打噴嚏
ngứa	腹痛
sốt	癢
tiêu chảy	過敏
viêm họng	發燒

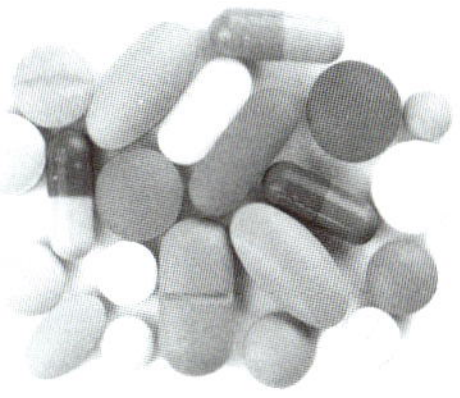

(2) Dựa theo câu hỏi để viết câu trả lời.

請依下列提示寫答句。

Ví dụ:

- Anh bị làm sao?
- Tôi bị đau đầu.

a. đau bụng

b. sốt

c. dị ứng

a. Anh bị làm sao?

____

b. Cô bị làm sao?

____

c. Chị bị làm sao?

____

(3) Sắp xếp các câu sau đây thành đoạn hội thoại.

將以下的句子排成一段對話。

-Tôi bị viêm họng từ hôm qua.

-Chào bác sĩ.

-Tôi bị viêm họng ạ.

-Anh nên uống thuốc và nghỉ ngơi.

-Chào anh. Anh bị làm sao?

-Dạ cám ơn bác sĩ ạ.

-Anh bị viêm họng đã lâu chưa?

a. ________________

b. ________________

c. ________________

d. ________________

e. ________________

f. ________________

g. ________________

(4) Dùng từ “thấy”, “hơi” và các từ đã cho sẵn bên dưới để đặt câu.

請用「覺得」、「稍微、有一點」和以下提示的詞語造句。

Ví dụ:

- Tôi thấy trong người hơi mệt.

a. đau

____

b. xa

____

c. đắt

____

III. Chú thích ngữ pháp 語法解說

01 bị, được 被、得到

bị 被（遭受）

Động từ, dùng để cho biết điều nói sau đó là cái không tốt lành, không thuận lợi, không đáng mong muốn đối với chủ thể.
動詞，含有「遭受」意思之詞，用來表示所提到的事對於主體是不利的、不幸的，或不希望看到的結果。

Ví dụ:

- Tôi bị đau đầu.
  我（被）頭痛。
- Tôi bị cảnh sát giao thông phạt.
  我被交通警察開罰（開罰單）。

được 得到

Động từ, dùng để cho biết điều nói sau đó là tốt lành, thuận lợi, đáng mong muốn đối với chủ thể.
動詞，含有「得到」意思之詞，用來表示所提到的事對於主體是有利的、幸運的、希望獲得的，或想看到的結果。

Ví dụ:

- Tôi được cô giáo khen.
  我被（得到）老師讚美。
- Tôi được công ty cho đi du lịch.
  公司讓我去旅遊。（我得到公司給去旅遊的機會。）

02 bị làm sao 怎麼了、怎麼樣

Tổ hợp dùng để hỏi về một điều gì đó mà người hỏi không biết cụ thể và muốn tìm hiểu về nó.
片語，用來發問、表示對某事物想了解更多。

Ví dụ:

- Cô bị làm sao?
  妳怎麼了？
- Cô có (bị) làm sao không?
  妳有怎麼樣嗎？

03 thấy 覺得、看見

Động từ, biểu thị sự cảm nhận hoặc người, vật có thể nhìn được bằng mắt, thường dùng để bày tỏ ý kiến.
動詞，表示感覺或眼前所見之人、物，常用於表達意見。

Ví dụ:

- Chị thấy trong người thế nào?
  妳覺得身體（健康狀況）如何？
- Anh có thấy vé máy bay của tôi để ở đâu không?
  你有看見我的機票放在哪裡嗎？

04 hơi 稍微、有點、有一點

Phó từ, chỉ mức độ, thường đứng trước tính từ.
副詞，表示程度，常放在形容詞前面。

Ví dụ:

- Tôi hơi đau bụng.
  我肚子稍微疼痛。
- Anh nói hơi nhanh.
  你說話有點快。

05 vài 幾

Danh từ, chỉ số lượng rất ít, ước chừng vài ba.
名詞，指數量很少、無幾。

Ví dụ:

- Tôi có đi du lịch vài lần.
  我有去旅遊幾次。
- Anh Nam chỉ gọi vài món.
  南哥只點幾道（菜）。

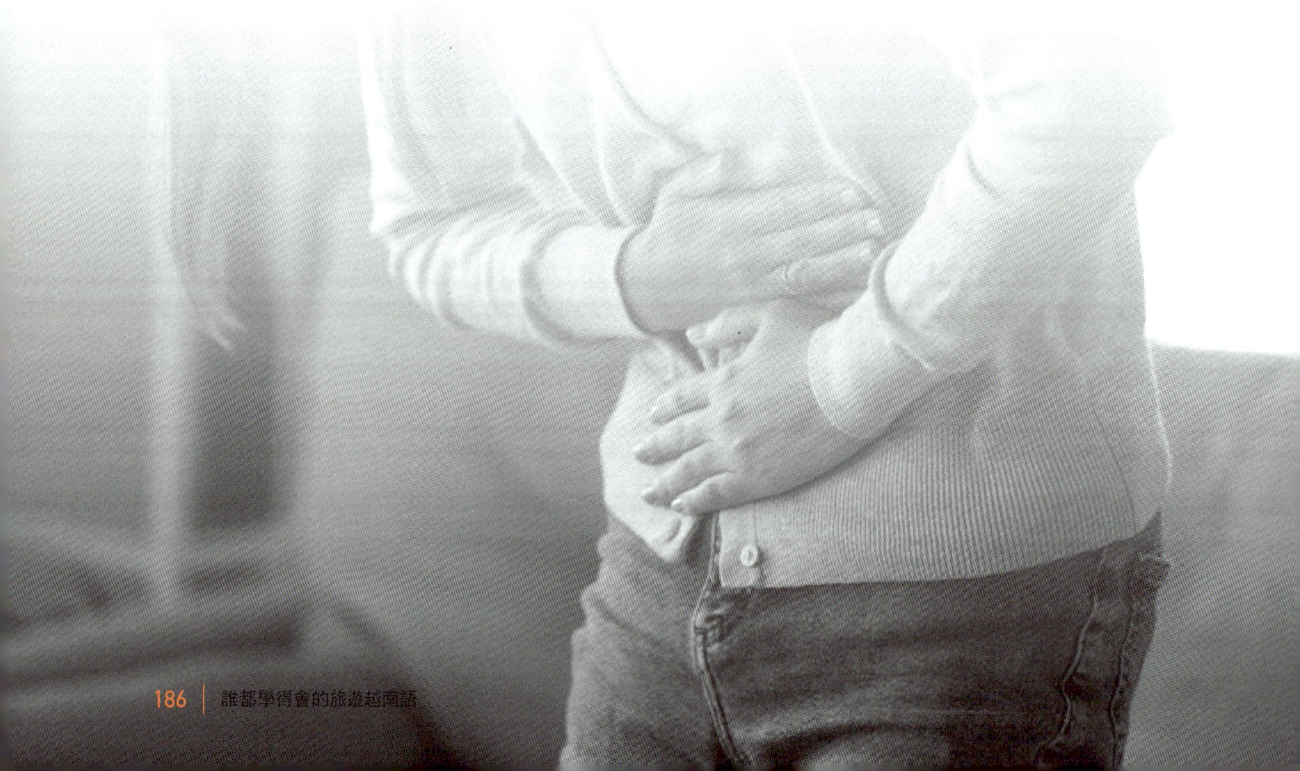

IV. Cẩm nang du lịch
旅遊小錦囊

Chăm sóc sức khỏe khi đi du lịch Việt Nam

Hiện nay ở Việt Nam, ngoài các bệnh viện công, còn có một số bệnh viện quốc tế hay phòng khám tư. Nếu đến các bệnh viện công hoặc phòng khám tư để khám bệnh thì bạn phải có thông dịch viên đi cùng. Còn nếu bạn không quan tâm đến chi phí khám chữa bệnh hay muốn tiết kiệm thời gian chờ đợi thì có thể đến các bệnh viện quốc tế, thường thì ở đấy sẽ có dịch vụ phục vụ đa ngôn ngữ.

Trước khi xuất phát, bạn có thể chuẩn bị một số loại thuốc thường dùng, như thuốc nhức đầu, thuốc chống dị ứng, thuốc hạ sốt, thuốc đau bụng, thuốc tiêu chảy v.v. để phòng khi cần. Nếu phải điều trị khẩn cấp ở nước ngoài, thì hãy giữ lại bản gốc biên lai đã trả viện phí, giấy chẩn đoán của bác sĩ hoặc các giấy tờ khác (như giấy xuất nhập viện, tóm tắt hồ sơ bệnh án, phim X-quang...), để sau khi về Đài Loan bạn có thể xin Cục Bảo hiểm Y tế Trung ương hoàn lại chi phí khám chữa bệnh đã thanh toán.

Cuối cùng, bạn có thể tìm hiểu trước về tình hình thời tiết nơi bạn đến, để tiện cho việc chuẩn bị áo quần. Về việc ăn uống, khuyên bạn nên chọn đồ ăn nóng và chín. Khi gọi món, nếu có kèm rau sống thì bạn nhờ nhà hàng hoặc chủ quán trụng sơ qua nhé!

越南旅遊的健康照護

目前在越南，除了大小型公立醫院，也有一些國際醫院或私人診所。如果前往公立醫院或私人診所看病，需要有通譯員同行；若不在乎診療費和想節省等待排隊時間，可到國際醫院就醫，通常會有預備多國語言之服務。

出發前，可先準備好一些常用如頭痛、過敏、退燒、腸胃等的藥物，以便救急。萬一需要海外緊急就醫，請保管好所支付之相關醫療費用的正本收據、診斷證明書或其他文件（如住出院證明、病歷摘要、X 光片等等），以便回台灣後向健保局申請退費。

最後，可先了解當地天氣狀況，以便準備所需的衣物。另外，在飲食方面，建議選擇飲用熱食。點餐時，若有附生菜，可請店家汆燙喔！

Từ vựng 詞彙

sức khỏe (名)	健康
bệnh viện công (名)	公立醫院
bệnh viện quốc tế (名)	國際醫院
phòng khám tư (名)	私人診所
thông dịch viên (名)	通譯員
đi cùng (動)	同行、陪伴
quan tâm (動)	關心、在意、在乎
chi phí (名)	費用
chờ đợi (動)	等、等待
khám bệnh (動)	看病
chữa bệnh (動)	治療
đấy (代)	那、那裡
dịch vụ (名)	服務
phục vụ (動)	服務
đa (nhiều) (形)	多
ngôn ngữ (名)	語言
chống (動)	止、防止
phòng (動)	防、預防
hạ sốt (動)	退燒
điều trị (動)	治療
khẩn cấp (形)	緊急
giữ lại (動)	保留、保管
viện phí (名)	醫療費用
bản gốc (名)	正本
biên lai (名)	收據
trả/thanh toán (動)	支付
giấy chẩn đoán (動)	診斷證明書
giấy xuất nhập viện (名)	出入院證明書
phim X quang (名)	X 光片
Cục Bảo hiểm Y tế Trung ương (專名)	中央健保局
hoàn lại (動)	退還
cuối cùng (形)	最後
tìm hiểu (動)	了解
tình hình (名)	情形
tiện (形)	方便
khuyên (動)	勸、建議
đồ ăn (名)	美食、食物
nóng (形)	熱
chín (形)	熟
rau sống (名)	生菜
kèm (副)	附、附上
nhờ (動)	請
nhà hàng (名)	餐廳
chủ quán (名)	店老闆
trụng sơ qua (動)	汆燙一下

V. Mở rộng 延伸學習

01 Cơ sở y tế và nhân viên y tế 醫療機構與醫療人員

bệnh viện	醫院	phòng khám	診所	bác sĩ	醫生
bệnh viện công	公立醫院	phòng khám tư	私人診所	y tá	護士
bệnh viện tư	私立醫院	sở y tế	衛生局	dược sĩ	藥師
bệnh viện quốc tế	國際醫院	trạm y tế	衛生所		

02 Các bộ phận trên cơ thể 身體部位

đầu 頭

trán 額頭

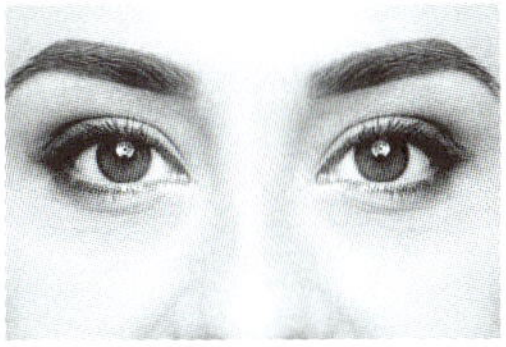
mắt 眼

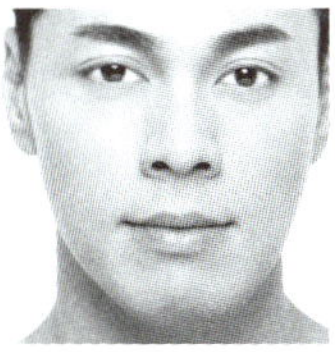
mặt 臉

mũi 鼻

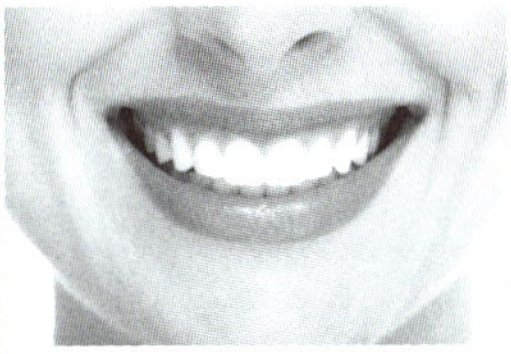
miệng 嘴

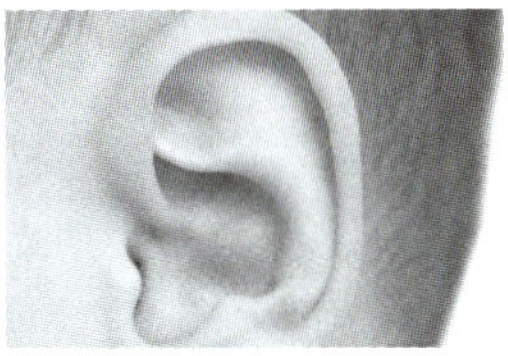
tai 耳

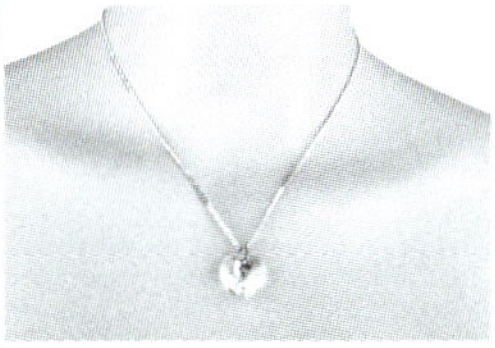
cổ 頸

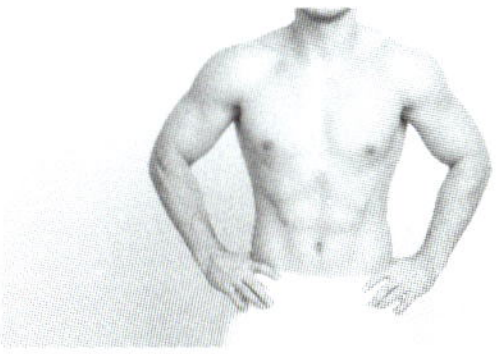
ngực 胸

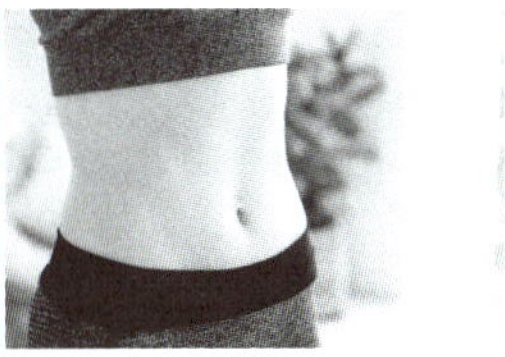
eo 腰

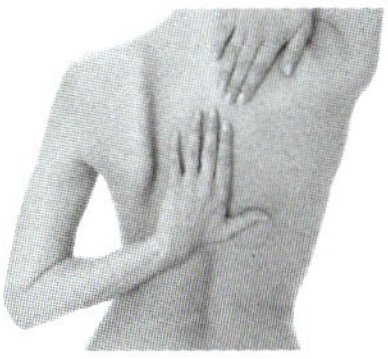
lưng 背

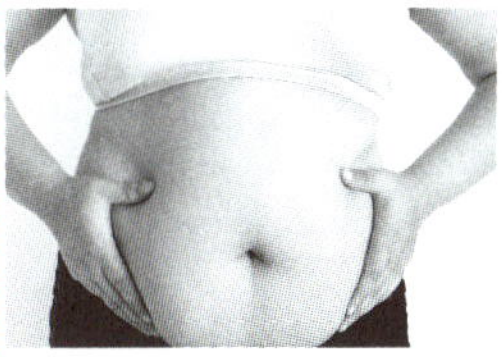
bụng 肚

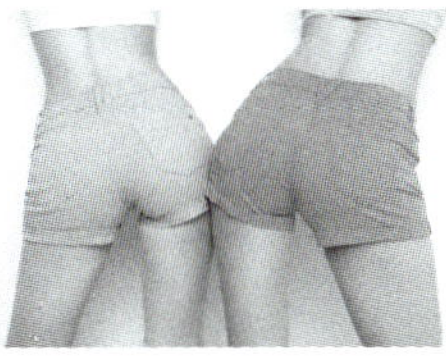
mông 臀

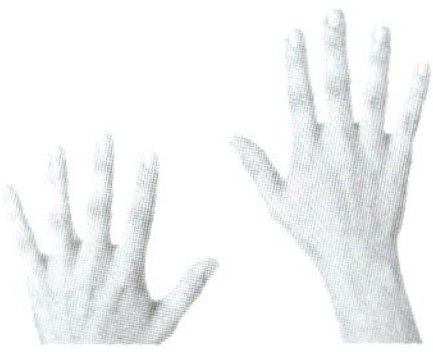
tay 手

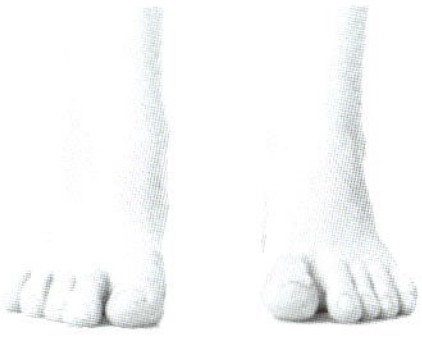
chân 腳

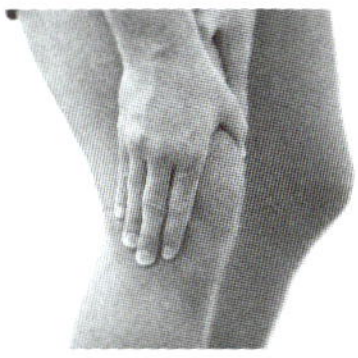
đầu gối 膝蓋

03 Các loại thuốc người Việt thường sử dụng 越南人常用的藥物

南藥（thuốc Nam）、中藥（thuốc Bắc/thuốc Đông y）及西藥（thuốc Tây）為越南人用來治病的三大藥物種類。南藥為越南古傳醫學，屬於漢方領域，起源於越南，材料以當地的藥草，如蔬果、香草及各種花朵為主，或新鮮或烘乾後服用。「生病」北越人稱「ốm」，南越人則說「đau」，結合兩者共用之詞為「ốm đau」或「đau ốm」。

＊ Ghi chú 備註：南北越用詞的對照

名稱	北越	南越
生病	ốm	đau
胖	béo	mập
瘦	gầy	ốm
康復	lành (bệnh)	khỏi (bệnh)

Chúc sức khoẻ và bình an!
祝身體健康平安！

Đáp án bài 11 第十一課練習解答

Luyện nghe 聽一聽

Mấy hôm nay anh Hải bị đau bụng, tiêu chảy và buồn nôn. Anh ấy đã đi khám bác sĩ. Bác sĩ bảo anh Hải bị viêm dạ dày ruột. Một ngày anh Hải phải uống thuốc 3 lần, sau bữa ăn, mỗi lần 3 viên, mỗi loại 1 viên. Nếu sốt cao từ 38,5°C trở lên thì uống thêm viên màu hồng.

這幾天海肚子痛、腹瀉和嘔吐。他已經去看醫生了。醫生告訴海他得了腸胃炎。一天海要服藥 3 次，飯後服用，每種 1 粒，每次共 3 粒。如果有發高燒到 38.5°C 以上，多服用粉紅色的那粒（藥）。

答案：(1) c (2) c (3) b

Luyện viết 寫一寫

(1)

buồn nôn	腹瀉
dị ứng	反胃
đau bụng	咽喉發炎
đau đầu	頭痛
hắt hơi	咳嗽
ho	打噴嚏
ngứa	腹痛
sốt	癢
tiêu chảy	過敏
viêm họng	發燒

(2) a. Tôi bị đau bụng.
b. Tôi bị sốt.
c. Tôi bị dị ứng.

(3) a. - Chào bác sĩ.
b. - Chào anh. Anh bị làm sao?
c. - Tôi bị viêm họng ạ.
d. - Anh bị viêm họng đã lâu chưa?
e. - Tôi bị viêm họng từ hôm qua.
f. - Anh nên uống thuốc và nghỉ ngơi.
g. - Dạ cám ơn bác sĩ ạ.

(4) 參考答案
a. Tôi thấy trong bụng hơi đau.
b. Tôi thấy từ đây đến đó hơi xa.
c. Tôi thấy chiếc áo dài này hơi đắt.

BÀI 12 | 第十二課

NHỜ GIÚP ĐỠ

請求協助

Nội dung chính 學習重點

- Nhờ giúp đỡ
- Chú thích ngữ pháp:
  + được không
  + làm thế nào, làm sao
  + mất
  + với

BÀI 12 | 第十二課

NHỜ GIÚP ĐỠ
請求協助

I. Hội thoại 會話

An để quên điện thoại di động trên taxi.
安把手機遺忘在計程車上。

Hội thoại 1 會話 1

▶ MP3-46

An Bác ơi, làm ơn giúp cháu **với**!

Người đi đường Cô có việc gì à?

An Cháu để quên điện thoại di động trên taxi rồi, bác giúp cháu gọi cho anh taxi **được không** ạ?

Người đi đường Số điện thoại của cô là bao nhiêu?

An Dạ, 0965104723 ạ.

Người đi đường Cô chờ một chút, anh taxi sẽ trở lại đưa điện thoại cho cô.

An Dạ, cháu cám ơn bác nhiều ạ!

Người đi đường Không có gì!

安：伯伯啊，請幫幫我！
路人：妳有什麼事嗎？
安：我把手機遺忘在計程車上了，您幫我打電話給計程車司機好嗎？
路人：妳的電話號碼是多少？
安：是 0965104723。
路人：妳稍等一下，計程車司機會返回拿手機給妳。
安：好的。非常感謝您！
路人：不客氣！

Từ vựng 詞彙

bác 代	伯伯	**điện thoại di động** 名	手機
cô 代	小姐、妳	**giúp** 動	幫忙、協助
việc 名	事、事情	**trở lại** 動	返回、回頭
cháu 代	我	**đưa** 動	拿
để quên 動片	遺忘、忘記		

BÀI 12 | 第十二課

Hải bị mất hộ chiếu và thị thực, anh ấy đang ở đồn công an làm thủ tục trình báo.
海的護照和簽證遺失了，他正在派出所報案。

Hội thoại 2 會話 2

▶ MP3-47

Công an Chào anh! Anh có việc gì ạ?

Hải Dạ, chị làm ơn giúp tôi.
Tôi bị **mất** hộ chiếu và thị thực ạ.

Công an Anh bị **mất** hộ chiếu và thị thực từ bao giờ?

Hải Dạ, sáng nay ạ.

Công an Anh điền vào đơn trình báo này đi.

Hải Tôi muốn xin cấp lại hộ chiếu và thị thực, phải **làm thế nào**?

Công an Anh đến Văn phòng Kinh tế và Văn hóa Đài Bắc để xin cấp lại hộ chiếu mới, còn thị thực thì đến Phòng Quản lý xuất nhập cảnh để xin cấp lại.

Hải Dạ, cám ơn chị nhiều ạ!

公安：你好！你有什麼事嗎？
海：請您幫我，我的護照和簽證遺失了。
公安：你的護照和簽證什麼時候遺失的？
海：是今天早上。
公安：請你填寫這份申報書。
海：我想重新申請護照和簽證，該怎麼辦？
公安：你到台北經濟文化辦事處申請新護照，而重新申請簽證就到出入境管理廳。
海：非常感謝您！

Từ vựng 詞彙

thị thực 名	簽證
sáng nay 名	今天早上
điền 動	填寫
đơn trình báo 名	申報書
xin cấp lại 動	重新申請、補發
Văn phòng Kinh tế và Văn hóa Đài Bắc 專名	台北經濟文化辦事處
Phòng Quản lý xuất nhập cảnh 專名	出入境管理廳

II. Luyện tập 練習

1. Nói 說一說

▶ MP3-48

(1)

Anh Em Chúng ta	gọi giúp tôi một chiếc taxi chờ anh một lát đi bằng xe buýt	được không?

(2)

Số điện thoại của	bạn chị anh	là bao nhiêu?

Số điện thoại của	tôi là	0981734562. 0960107823. 0938456947.

(3)

Tôi	bị mất	điện thoại ví tiền vé máy bay	rồi.

(4)

Tôi muốn xin cấp lại	hộ chiếu, thị thực, chứng minh thư,	phải làm thế nào?

2. Nghe 聽一聽

▶ MP3-49

Nghe đoạn hội thoại giữa Hải và nhân viên lễ tân khách sạn, sau đó chọn câu trả lời đúng.

請聽海和旅館櫃檯人員的對話，並選出正確的答案。

(1) Hải bị mất gì?

a. hộ chiếu
b. thị thực
c. máy ảnh

(2) Nhân viên lễ tân bảo Hải nên làm thế nào?

a. đến đồn công an trình báo
b. đến Phòng Quản lý xuất nhập cảnh để xin cấp lại
c. cả hai đều đúng

(3) Bao giờ Hải đi xin cấp lại thị thực?

a. ngày mai
b. hôm nay
c. ăn trưa xong

3. Viết 寫一寫

(1) Dùng các động từ “chỉ, báo, gọi, điền” để đặt câu.

請用「*指引、報、叫、填寫*」等動詞造句。

Ví dụ:

- Bác làm ơn chỉ đường giúp cháu.

a. ______________________________

b. ______________________________

c. ______________________________

BÀI 12 | 第十二課

(2) Đổi các câu đã cho sẵn sau đây thành câu có nhóm từ "được không ạ".

請用「可以嗎」改寫以下句子。

Ví dụ:

Cô làm ơn chỉ giúp tôi đường đến ngân hàng.

→Cô làm ơn chỉ giúp tôi đường đến ngân hàng được không ạ?

a. Chị làm ơn mua giúp tôi một ly cà phê.

→ ______________________________

b. Bạn làm ơn đặt giúp tôi phòng có hai giường đơn.

→ ______________________________

c. Anh làm ơn đổi giúp tôi một ít tiền lẻ.

→ ______________________________

(3) Đặt câu với từ "mất" và trả lời.

請使用「遺失」造句和回答。

Ví dụ:

- Tôi bị mất điện thoại, phải làm sao?
- Anh đi báo công an đi.

a. ví tiền

____

____

b. máy ảnh

____

____

c. hành lý

____

____

(4) Dùng thán từ "ơi" và trợ từ "với" để chuyển sang câu có ngữ khí một cách thân mật hoặc có ý khẩn cầu.

請使用嘆詞「ơi」及「với」轉換為語氣親切或請求的句子。

Ví dụ:

- Cô gọi giúp tôi một chiếc taxi.

  Cô ơi, gọi giúp tôi một chiếc taxi với.

a. Bác chỉ giúp cháu đường đến Văn phòng Kinh tế và Văn hoá Đài Bắc.

→ ____

b. Anh điền giúp tôi đơn tường trình này.

→ ____

c. Chị mang giúp tôi hành lý lên phòng.

→ ____

III. Chú thích ngữ pháp
語法解說

01 được không 好嗎、行嗎、可以嗎

Tổ hợp đặt ở cuối câu hỏi, dùng để hỏi về khả năng thực hiện một hành động nào đó.
片語，用來詢問某行動能否執行，類似華語的「好嗎、行嗎、可以嗎」。

Ví dụ:

- Anh gọi giúp tôi một chiếc taxi được không?
  你幫我叫一輛計程車好嗎？
- Ngày mai chúng ta đi mua SIM điện thoại được không?
  我們明天去買電話 SIM 卡可以嗎？

02 làm thế nào, làm sao 怎麼辦

Tổ hợp dùng để hỏi về cách xử lý hay cách giải quyết một sự việc nào đó.
片語，用來詢問某件事的處理或解決方法，類似華語的「怎麼辦」。

Ví dụ:

- Tôi bị mất điện thoại rồi, phải làm thế nào?
  我的手機弄丟了，該怎麼辦？
- Nếu tôi xin cấp lại hộ chiếu và thị thực thì phải làm sao?
  如果我要重新申請核發護照和簽證，該怎麼辦？

03 mất 丟失、遺失、不見了、花 (費) 了

Động từ, dùng để chỉ về người hay sự vật nào đó không còn nữa.
動詞，用來指某人事物丟失了、遺失了、不見了或是花掉了。

Ví dụ:

- Hộ chiếu và thị thực của tôi bị mất rồi.
  我的護照和簽證遺失了。
- Tôi mua hai chiếc áo sơ mi mất năm trăm nghìn đồng.
  我買兩件襯衫花了五十萬盾。

04 **với**

Trợ từ, đặt ở cuối câu có ý khẩn cầu hoặc mệnh lệnh, cần phân biệt với liên từ “với”.

助詞，位於句尾，表示請求或祈使之意。這個字有時也作連接詞，是「與、和、跟」的意思。

Ví dụ:

- Bác ơi, giúp cháu với.
  伯伯啊，請幫幫我。
- Anh với tôi đi đến đồn công an được không?
  你和我到公安派出所好嗎？

IV. Cẩm nang du lịch
旅遊小錦囊

Các đơn vị và những số điện thoại cần biết ở Việt Nam

Khi đi du lịch nước ngoài, vấn đề an toàn của bản thân là rất quan trọng. Ngoài ra, hộ chiếu và visa lại còn là bùa hộ mệnh của người lữ khách. Nếu đang du lịch Việt Nam mà chẳng may bị mất những giấy tờ quan trọng này, thì phải báo ngay với cơ quan công an sở tại và xin cấp giấy chứng nhận bị mất, đồng thời cũng nên nhanh chóng làm đơn xin cấp lại, có như thế mới không ảnh hưởng đến hành trình du lịch của bạn.

Khi muốn xin làm các thủ tục, bạn có thể lên mạng tìm hiểu trước những thông tin như địa chỉ, số điện thoại, thời gian làm việc, của các cơ quan đơn vị có liên quan và lệ phí, thời gian cấp và những giấy tờ cần chuẩn bị. Sau khi làm xong thủ tục và trước khi rời khỏi, bạn nhớ phải lấy giấy hẹn nhé!

在越南須知的相關單位及電話號碼

出國旅遊，人身安全很重要。另外，護照及簽證更是旅者的護身符。在越南旅遊，萬一這些重要證件遺失了，務必向當地警察（公安）機關報案並申請遺失證明，同時也要趕緊申請補發，才不會耽誤到自己的旅程。

若需要辦理一些手續時，建議你可先上網查詢相關單位的資訊，如地址、聯絡方式、上班時間等，並瞭解辦理所需要的費用、取件日期及須具備的文件等。在辦理各項手續後及離開前，請記得索取領取相關文件的收據喔！

Từ vựng 詞彙

cần biết 動片	須知	liên quan 動	相關
thủ tục 名	手續	lệ phí 名	費用
nên 動	要、應該	lấy 動	取
tìm 動	找、尋、查	giấy hẹn 名	收據（有註記取件日期）
thông tin 名	資訊		

CÁC SỐ ĐIỆN THOẠI KHẨN CẤP MIỄN PHÍ
免費緊急求助電話

ĐƠN VỊ 單位	SỐ ĐIỆN THOẠI 電話	ĐƠN VỊ 單位	SỐ ĐIỆN THOẠI 電話
Tìm kiếm, cứu nạn 尋找、救難	112	Cứu hoả 消防	114
Công an 公安	113	Cấp cứu 救護	115

SỐ ĐIỆN THOẠI VÀ ĐỊA CHỈ CỦA CÁC CƠ QUAN LIÊN QUAN
相關單位聯絡電話及地址

ĐƠN VỊ 單位	SỐ ĐIỆN THOẠI 電話	ĐỊA CHỈ 地址
Phòng Quản lý xuất nhập cảnh-Công an Thành phố Hồ Chí Minh 胡志明市公安廳入出境管理處	+84-28-39200365	Số 196 Nguyễn Thị Minh Khai, Phường 6, Quận 3, Thành phố Hồ Chí Minh
Văn phòng Kinh tế và Văn hoá Đài Bắc tại Thành phố Hồ Chí Minh 駐胡志明市台北經濟文化辦事處	+84-28-38349160	Số 336 Nguyễn Tri Phương, Phường 4, Quận 10, Hồ Chí Minh
Văn phòng Kinh tế và Văn hoá Đài Bắc tại Hà Nội 駐河內台北經濟文化辦事處	+84-24-3833 5501	Tầng 20A, Tòa nhà PVI, số 1 Phạm Văn Bạch, Cầu Giấy, Hà Nội
Phòng Quản lý xuất nhập cảnh-Công an thành phố Hà Nội 河內市公安廳入出境管理處	+84-24-38257941	Cơ sở 1: Số 44 Phạm Ngọc Thạch, phường Trung Tự, Đống Đa, Hà Nội Cơ sở 2: Số 6 đường Quang Trung, quận Hà Đông, Hà Nội

V. Mở rộng 延伸學習

01 Tên các cơ quan, đơn vị có liên quan 相關行政單位名稱

Bộ Ngoại giao	外交部
Đồn Công an	公安局（派出所）
Phòng Công chứng	公證處
Sở Ngoại vụ	領事事務局
Sở Tư pháp	司法廳

02 Các từ ngữ thường dùng khi xuất nhập cảnh 出入境常用的詞語

nhập cảnh	入境
xuất cảnh	出境
xin thị thực	申請簽證
cấp thị thực	核發簽證
miễn thị thực	免簽證
hải quan	海關
thủ tục hải quan	海關手續
tạm trú	停留
cư trú	居留
ảnh thẻ	大頭照
đơn xin	申請書
xin cấp thị thực tại sân bay	申請落地簽證

Chúc mọi điều thuận lợi!
祝一切順利！

Đáp án bài 12 第十二課練習解答

Luyện nghe 聽一聽

Hải: Thị thực của tôi mất rồi, tôi phải làm sao?
Nhân viên lễ tân: Thị thực của anh mất từ bao giờ?
Hải: Lúc sáng nay.
Nhân viên lễ tân: Anh đến đồn công an trình báo, sau đó đến Phòng Quản lý xuất nhập cảnh để xin cấp lại.
Hải: Cám ơn chị! Vậy ăn trưa xong tôi sẽ đi.

海： 我的簽證不見了，我該怎麼辦？
櫃檯人員： 你的簽證從何時不見的？
海： 今天早上的時候。
櫃檯人員： 你先到公安派出所報案，之後到出入境管理處申請補發。
海： 謝謝妳！那麼我吃完午餐後就去。

答案：(1) b　(2) c　(3) c

Luyện viết 寫一寫

(1) 參考答案
a. Cô làm ơn báo công an giúp tôi.
b. Anh làm ơn gọi taxi giúp tôi.
c. Chị làm ơn điền đơn tường trình này giúp tôi.

(2) a. Chị làm ơn mua giúp tôi một ly cà phê được không ạ?
b. Bạn làm ơn đặt giúp tôi phòng có hai giường đơn được không ạ?
c. Anh làm ơn đổi giúp tôi một ít tiền lẻ được không ạ?

(3) a. Tôi bị mất ví tiền, phải làm sao?
- Anh đi báo công an đi.
b. Tôi bị mất máy ảnh, phải làm sao?
- Chị đi báo công an đi.
c. Tôi bị mất hành lý, phải làm sao?
- Cô đi báo công an đi.

(4) a. Bác ơi, chỉ giúp cháu đường đến Văn phòng Kinh tế và Văn hoá Đài Bắc với.

b. Anh ơi, điền giúp tôi đơn tường trình này với.

c. Chị ơi, mang giúp tôi hành lý lên phòng với.

PHỤ LỤC
附錄

Phụ lục 1: Các đại từ nhân xưng thường dùng trong tiếng Việt
附錄 1：越南語常用之人稱代名詞

Tên gọi 名稱	Số ít 單數	Số nhiều 複數
Ngôi thứ nhất 第一人稱	**「我」** tôi 用於一般場合、初次見面，尚未與對方建立關係時的自稱。	**「我們」** chúng tôi 不包括對話者在內。
	ta 說話時的口氣可以是親切的，也可以是傲慢的。	chúng ta/ta 包括對話者在內。
	tao 不適合在正式場合使用，有時表現出態度傲慢，但與很親密的平輩或晚輩對話時可以使用。	chúng tao/bọn tao 不適合在正式場合使用，有時表現出態度傲慢，但與很親密的平輩或晚輩對話時可以使用。
	tớ 對朋友的自稱、說話時口氣是親切的。	chúng tớ/bọn tớ 說話時口氣是親切的。
	mình 自稱、說話時口氣是親切的。	mình/chúng mình/bọn mình 說話時口氣是親切的。
Ngôi thứ hai 第二人稱	**「您、你、妳」** ông 您（先生、爺爺／外公、老翁）	**「您們、你們、妳們」** các ông 您們（各位先生們）
	bà 您（女士／夫人、奶奶／外婆、阿婆）	các bà 您們（各位女士們）
	thầy 您、你（男性老師）	các thầy 您們（男性老師們）
	cô 您、妳（女性老師、姑姑、小姐）	các cô 您們、妳們（女性老師們、姑姑們、小姐們）
	bác 您（先生、伯伯）	các bác 您們（先生們、伯伯們）

Tên gọi 名稱	Số ít 單數	Số nhiều 複數
Ngôi thứ hai 第二人稱	chú 您（先生、叔叔）	các chú 您們（先生們、叔叔們）
	dì 您（女士、阿姨）	các dì 您們（女士們、阿姨們）
	cậu 您、你（舅舅或對同學、朋友親切的稱呼）	các cậu 您們、你們（舅舅們或對同學們、朋友們親切的稱呼）
	anh 你（先生、兄長、大哥、學長）	các anh 你們（先生們、兄長們、大哥們、學長們）
	chị 妳（小姐、姐姐、大姐、學姐）	các chị 妳們（小姐們、姐姐們、大姐們、學姐們）
	bạn 妳、你（同學、同儕、朋友）	các bạn 你們（同學們、朋友們）
	em 你、妳（弟弟／妹妹、學弟妹、學生、晚輩）	các em 你們（弟弟們／妹妹們、學弟妹們、學生們）
	mày 你（含有輕視之意，不適合在正式場合使用，但與很親密的平輩或晚輩對話時可以用來稱呼對方）	chúng mày 你們（含有輕視之意，不適合在正式場合使用，只有與很親密的平輩或晚輩對話時才可以使用）
Ngôi thứ ba 第三人稱	**「他、她、牠、它」** ông ấy 他（那位先生、那位爺爺／外公、那位老翁）	**「他們、她們、牠們、它們」** các ông ấy 他們（那幾位先生們、那幾位老翁們）
	bà ấy 她（那位女士／夫人、那位奶奶／外婆、那位阿婆）	các bà ấy 她們（那幾位女士們／夫人們、那幾位阿婆們）
	thầy ấy 他（那位男性老師）	các thầy ấy 他們（那幾位男性老師們）
	cô ấy 她（那位女性老師、那位姑姑、那位小姐）	các cô ấy 她們（那幾位女性老師們、那幾位姑姑們、那些小姐們）

Tên gọi 名稱	Số ít 單數	Số nhiều 複數
Ngôi thứ ba 第三人稱	bác ấy 他（那位先生、那位伯伯）	các bác ấy 他們（那幾位先生們、那幾位伯伯們）
	chú ấy 他（那位先生、那位叔叔）	các chú ấy 他們（那幾位先生們、那幾位叔叔們）
	dì ấy 她（那位女士、那位阿姨）	các dì ấy 她們（那幾位女士們、那幾位阿姨們）
	cậu ấy 他（那位舅舅；那位同學、那位朋友）	các cậu ấy 他們（那幾位舅舅們；那幾位同學們、那幾位朋友們）
	anh ấy 他（那位先生、那位兄長、那位大哥、那位學長）	các anh ấy 他們（那幾位先生們、那幾位兄長們、那幾位大哥們、那幾位學長們）
	chị ấy 她（那位小姐、那位姐姐、那位大姐、那位學姐）	các chị ấy 她們（那幾位小姐們、那幾位姐姐們、那幾位大姐們、那幾位學姐們）
	bạn ấy 她、他（那位同學、那位同儕、那位朋友）	các bạn ấy 她們、他們（那幾位 同學們、那幾位同儕們、那幾位朋友們）
	em ấy 她、他（那位弟弟、那位妹妹、那位學弟妹、那位學生；指晚輩）	các em ấy 她們、他們（那幾位弟弟們、那幾位妹妹們、那幾位學弟妹們、那幾位學生們；指晚輩）
	hắn 她、他（含有輕視之意，但有時對於親密的平輩或晚輩也可以使用	bọn hắn 她們、他們（含有輕視之意，但有時對於親密的平輩或晚輩也可使用）
	nó 他、牠、它（那位晚輩、那隻／頭動物、那個物品）	chúng nó 他們、牠們、它們
		họ 她們、他們

＊備註：越南語有一些第二人稱代名詞如「ông, bà, thầy, cô, bác, chú, dì, cậu, anh, chị, em」等，有時也做為第一人稱使用。

Phụ lục 2: Bảng từ vựng Việt-Hoa
附錄 2：越 - 華詞彙索引

a

an toàn (形)	安全	b.5
anh (代)	你、先生、哥哥	b.1
anh chị (代)	先生、小姐	b.1
ảnh thẻ (名)	大頭照	b.12
áo (名)	上衣	b.7
áo bà ba (名)	婆婆衫	b.7
áo dài (名)	長衫	b.7
áo đầm (名)	洋裝	b.7
áo khoác (名)	外套	b.7
áo len (名)	毛衣	b.7
áo lót (名)	內衣	b.7
áo phông (名)	T 恤	b.7
áo sơ mi (名)	襯衫	b.7
áo vest (名)	西裝外套	b.7
áp dụng (動)	使用、運用	b.7
ấm đun nước (名)	水壺	b.2
ẩm thực (名)	飲食	b.6

b

ba lô (名)	背包	b.7
bác (代)	伯伯	b.12
bác sĩ (名)	醫生	b.11
bàn chải đánh răng (名)	牙刷	b.2
bán (動)	賣	b.4
bán đúng giá (動)	賣不二價	b.7
bản gốc (名)	正本	b.11
bạn bè (名)	朋友	b.8
bánh bèo (名)	碗粿（萍餅）	b.6
bánh bột lọc (名)	水晶餃	b.6
bánh canh (名)	蟹湯米苔目	b.6
bánh chưng (名)	方形粽子	b.6
bánh cuốn (名)	粉捲	b.6
bánh đậu xanh (名)	綠豆糕	b.6
bánh mì (名)	（越式法國）麵包	b.6
bánh nậm (名)	蝦粿	b.6

bánh pía 名	榴槤餅	b.8
bánh tét 名	圓柱形粽子	b.6
bánh xèo 名	越式煎餅	b.6
bảng 名	公告欄	b.7
bão lụt 名	颱風、洪水	b.1
băng điã nhạc 名	影音光碟	b.8
bất cứ... 連	任何……	b.9
bây giờ 名	現在	b.5
bên cạnh 名	旁邊	b.10
bên phải 名	右邊	b.10
bệnh viện 名	醫院	b.11
bệnh viện công 名	公立醫院	b.11
bệnh viện quốc tế 名	國際醫院	b.11
bệnh viện tư 名	私立醫院	b.11
bí quyết 名	祕訣	b.7
biên lai 名	收據	b.11
biết 動	知道	b.3
biểu diễn 動	表演	b.10
bình/máy nước nóng 名	熱水器	b.2
bỏ lỡ 動	錯過	b.9
bồn tắm 名	浴缸	b.2
bơ 名	酪梨	b.8
bởi 介	藉由	b.10
bớt giá 動	折扣	b.7
bởi vì... cho nên... 連	因為……所以……	b.1
bún 名	米線	b.6
bún bò Huế 名	順化牛肉米線	b.6
bún chả cá 名	魚板米線	b.6
bún đậu mắm tôm 名	蝦醬炸豆腐米線	b.6
bún riêu 名	蟹膏蕃茄米線	b.6
bún thịt nướng 名	烤肉米線	b.6
bụng 名	肚	b.11
buồng tắm đứng 名	沐浴室	b.2
bữa ăn 名	餐	b.2
bưởi 名	柚子	b.8

C

cà phê 名	咖啡	b.8
cà phê sữa đá 名	煉乳冰咖啡	b.6
cà vạt 名	領帶	b.7
cái 名	個、張	b.4
các 名	各	b.1
các loại 名	各類、各式各樣	b.8
cảm 名動	感冒	b.11
cảm nhận 動	感受	b.9
cảm ơn/cám ơn 動	謝謝	b.1
canh chua 名	酸（辣）湯	b.6
cao 形	高	b.11
cao lầu 名	高樓麵	b.6
cần 動	需要	b.5
cần biết 動片	須知	b.12
cấp thị thực 動片	核發簽證	b.12
chả giò 名	炸春捲	b.6
chanh 名	檸檬	b.6
cháo lòng 名	（豬）內臟粥	b.6
chạo tôm 名	甘蔗蝦	b.6
cháu 代名	我、孫子、姪子、外甥	b.12
chậm 形	慢	b.4
chân 名	腳	b.11
chất liệu 名	材質、質料	b.3
che 動	遮、遮住	b.10
chè bưởi 名	柚皮甜湯	b.6
chè cốm 名	扁米甜湯	b.6
chè trôi nước 名	湯圓	b.6
chi phí 名	費用	b.11
chỉ 副	只	b.8
chỉ đường 動	指路	b.10
chị 代	妳、小姐、姐姐	b.1
chiếc 名量	件	b.7
chiều 名	下午	b.1
chín 形	熟	b.11
cho 動	給	b.2
chọn 動	選擇	b.1
chóng mặt 動	暈眩	b.11

chôm chôm 名	紅毛丹	b.8
chống 動	止、防止	b.11
chờ 動	等、等待	b.6
chờ đợi 動	等、等待	b.11
chợ 名	市場	b.7
chợ hoa đêm 名	夜間花市	b.9
chủ quán 名	店老闆	b.11
chuẩn bị 動	準備	b.3
chúng ta 代	我們（包括聽者在內）	b.5
chúng tôi 代	我們（不包括聽者在內）	b.5
chuối 名	香蕉	b.8
chuyến bay 名	班（機）	b.1
chữa bệnh 動	治療	b.11
chương trình 名	節目	b.6
có 代	有	b.2
có thể 名	可以	b.1
con rối 名	偶	b.10
cô 名	小姐、妳	b.12
công ty 名	公司	b.4
cổ 名	頸	b.11
cỡ (size) 名	尺寸	b.7
cơ hội 名	機會	b.9
cơm niêu 名	砂鍋飯	b.6
cơm sườn 名	烤排骨飯	b.6
cơm tấm 名	碎米飯	b.6
cung cấp 動	提供、供應	b.4
cuộc sống 名	生活	b.9
cuối cùng 形	最後	b.11
cũng 副	也	b.1
cư trú 動	居留	b.12
cửa hàng 名	商店	b.7

d

dài 形	長	b.5
dán 動	貼	b.7
danh lam thắng cảnh 名	名勝景點	b.5
danh tiếng 形	著名	b.6
dấm 名	醋	b.6
dân gian 名	民間	b.10
dây 名	繩子	b.10
dây nịt 名	腰帶	b.7
dép lê 名	拖鞋	b.2
di tích lịch sử 名	歷史遺跡	b.5
dĩ nhiên 形	當然	b.4
dịch vụ 名	服務	b.11
dịp 名	機會	b.10
do 介	由	b.10
du học 動	遊學、留學	b.3
du khách 名	旅客	b.5
du lịch 動	旅遊、旅行	b.1
duy nhất 形	唯一	b.9
dự định 動	打算	b.3
dưa hấu 名	西瓜	b.8
dược sĩ 名	藥師	b.11
dưới 名介	下	b.10

đ

đa (nhiều) 形	多	b.11
đa dạng 形	多樣	b.6
đang 副	正在	b.6
đau bụng 動	腹痛	b.11
đau đầu 動	頭痛	b.11
đấy 代	那、那裡	b.11
đầu 名	頭	b.11
đầu gối 名	膝蓋	b.11
đặc sản 名	特產	b.8
đặc trưng 形	特徵、特色	b.1
đằng kia 代	那裡	b.5
đặt 動	訂	b.1

(đầy) thú vị (形)	（非常）有趣	b.5
để (動)	放置、張貼	b.7
để lại (動)	留下	b.2
để quên (動片)	遺忘、忘記	b.12
đêm (名)	晚、夜	b.2
đến (動)	到、來	b.3
đến với (動)	來到	b.9
đi bộ (動)	走路	b.9
đi cùng (動)	同行、陪伴	b.11
đi ra ngoài (動)	外出	b.4
đi thẳng (動)	直走	b.10
đĩa (名)	盤子	b.6
địa phương (名)	在地、當地	b.5
điền (動)	填寫	b.12
điện thoại (名)	電話、電話機	b.2
điện thoại di động (名)	手機	b.12
điều hòa/máy lạnh (名)	空調	b.2
điều trị (動)	治療	b.11
đó (代)	那	b.4
đồ ăn (名)	食物	b.11
đồ chơi (名)	玩具	b.8
đồ lưu niệm (名)	紀念品	b.8
đồ thủ công mỹ nghệ (名)	手工藝品	b.8
đồ trang sức (名)	飾品	b.8
đồ uống (名)	飲料	b.6
đồ vật (名)	物品	b.5
độ (名)	度	b.11
độc đáo (形)	獨特	b.10
đôi (名)	雙	b.7
đối diện (動)	對面	b.10
đổi (動)	換	b.3
đồng (名)	盾	b.1
đồng hồ (名)	手錶	b.7
đơn thuốc (名)	藥單	b.11
đơn trình báo (名)	申報書	b.12
đơn vị (名)	單位	b.3
đơn xin (名)	申請書	b.12
đu đủ (名)	木瓜	b.8

đủ 形	齊全	b.8
đúng 形	對	b.8
đưa 動	拿	b.12
đưa đón 動	接送	b.5
được 動	可以（能、得、行）	b.1
được làm bằng... 動片	用……製作的	b.10
đường 名	砂糖	b.6
đường phố 名	街道	b.6
đứng 動	站	b.10
đừng 動	別、勿、不要	b.9

e

eo 名	腰	b.11

g

gần 形	附近	b.10
ghi 動	寫	b.7
gì 疑代	什麼	b.2
giá/giá cả 名	價錢、價格	b.2
giá tiền 名	價錢	b.7
giá trị 形	價值	b.5
giải quyết 動	解決	b.4
giảm giá 動	特價	b.7
giày 名	鞋子	b.7
giấy chẩn đoán 動	診斷證明書	b.11
giấy hẹn 名	收據（有註記取件日期）	b.12
giấy xuất nhập viện 名	出入院證明書	b.12
giấy vệ sinh 名	衛生紙	b.2
gió mùa 名	季風	b.1
giống nhau 形	相同	b.1
giờ 名	點、時	b.1
giúp 動	幫忙、協助	b.12
giữ lại 動	保留、保管	b.11
giữa/ở giữa 名	中間	b.10
giường đôi 名	雙人床	b.2
giường đơn 名	單人床	b.2

gỏi cuốn 名	越式（生）春捲	b.6
gỏi đu đủ 名	涼拌青木瓜	b.6
gỏi hải sản 名	涼拌海鮮	b.6
gỏi ngó sen 名	涼拌藕帶	b.6
gọi 動	叫、點	b.6
gỗ 名	木頭	b.10
gỗ điêu khắc 名	木雕	b.8
gửi 動	寄放	b.8
gừng 名	薑	b.6

h

hạ sốt 動	退燒	b.11
hải quan 名	海關	b.12
hàng hóa 名	貨物	b.7
hành 名	蔥	b.6
hào phóng 形	大方、慷慨	b.2
hạt điều 名	腰果	b.8
hay 連	或、還是	b.1
hệ thống 名	系統	b.10
hiện nay 名	目前	b.3
hình thức 名	方式、形式	b.5
ho 動	咳嗽	b.11
họ tên 名	姓名	b.2
hoa 名	花	b.9
hoá đơn 名	帳單	b.2
hoàn lại 動	退還	b.11
hoàn toàn 形	完全	b.1
hoặc 連	或	b.2
hỏi 動	問、詢問	b.2
họp 動	開市	b.9
hộ chiếu 名	護照	b.2
hôm nay 名	今天	b.4
hồng xiêm 名	人心果	b.8
hợp pháp 形	合法	b.3
hủ tiếu bò kho 名	紅燒牛肉河粉	b.6
hủ tiếu Nam Vang 名	金邊河粉	b.6
hướng dẫn 動	指引、說明	b.8

i

in 動	印、印製	b.3
ít 形	少、鮮少	b.1

k

kem đánh răng 名	牙膏	b.2
kèm 副	附、附上	b.11
kéo dài 形	延長	b.1
kẹo dừa 名	椰子糖	b.8
khác 形	其他、別的	b.6
khách hàng 名	顧客、客人	b.8
khách sạn 名	旅館、飯店	b.5
khám bệnh 動	看病	b.11
khăn tắm 名	浴巾	b.2
khắp nơi 形	各地、到處	b.9
khẩn cấp 形	緊急	b.11
khi 名	當……的時候	b.5
khí hậu 名	氣候	b.1
khoảng 名	大約	b.3
khỏi (bệnh) 動	（病）好、康復	b.11
không những..., mà còn... 連	……不但……，而且……	b.5
khởi hành 動	起飛、啟程	b.1
khu nghỉ dưỡng/resort 名	度假中心	b.2
khuyên 動	勸、建議	b.11
khuyến mãi 動	特價	b.4
khứ hồi 動	來回	b.1
ký hiệu 名	標記、標誌	b.3

l

là 動	是	b.1
làm thế nào 動片	該如何、怎麼辦	b.4
làm việc 動	工作	b.2
lang thang 動	流浪、閒逛	b.9
lần 名	次	b.11
lẩu dê 名	羊肉火鍋	b.6
lẩu hải sản 名	海鮮火鍋	b.6

lẩu mực 名	小卷火鍋	b.6
lấy 動	取	b.12
lễ hội 名	節慶	b.1
lệ phí 名	費用	b.12
lên mạng 動	上網	b.4
lên (xe) 動	上（車）	b.5
liên quan 動	相關	b.12
lớn 形	大	b.4
loại 名	種、類、種類	b.4
loại hình 名	類型	b.10
lúc 名	時候	b.9
lưng 名	背	b.11
lược chải tóc 名	梳子	b.2
lưu hành 動	流行、通行	b.3
lưu ý 動	留意	b.5
lựu 名	石榴	b.8
ly 名	杯子	b.6

m

mang 動	攜帶	b.5
mang 動	穿（鞋）	b.7
mang theo 動	攜帶	b.8
mạnh dạn 形	勇敢的、大膽的	b.7
màu bạc 名	銀色	b.7
màu cam 名	橘色	b.7
màu đen 名	黑色	b.7
màu đỏ 名	紅色	b.7
màu hồng 名	粉紅色	b.7
màu nâu 名	棕色	b.7
màu sắc 名	色彩、顏色	b.9
màu tím 名	紫色	b.7
màu trắng 名	白色	b.7
màu vàng 名	黃色	b.7
màu xám 名	灰色	b.7
màu xanh dương 名	藍色	b.7
màu xanh lục/lá 名	綠色	b.7
máy bay 名	飛機	b.1

PHỤ LỤC 附錄

máy sấy tóc 名	吹風機	b.2
mặc 動	穿（衣服）	b.7
măng cụt 名	山竹	b.8
mắt 名	眼	b.11
mặt 名	臉	b.11
mặt hàng 名	貨品、商品	b.9
mặt nước 名	水面	b.10
me 名	羅望果	b.8
mét 名	米、公尺	b.10
mệnh giá 名	價值、面額	b.3
miến vịt 名	鴨肉冬粉	b.6
miến xào thập cẩm 名	炒什錦冬粉	b.6
miễn phí 形	免費	b.4
miễn thị thực 動	免簽證	b.12
miễn trả giá 動片	不能殺價	b.7
miệng 名	嘴	b.11
mình 代	我、我們	b.5
mít 名	波羅蜜	b.8
món ăn 名	美食、料理	b.6
món đồ 名	物品	b.7
motel 名	汽車旅館	b.2
mỗi 量名	每	b.1
môn (nghệ thuật) 名	門、項（藝術）	b.10
mông 名	臀	b.11
một chiều 名	單程	b.1
một ít 量名	一些	b.3
một lát 名	一下、一會兒	b.6
một phần 名	一部分	b.9
một vài 量名	幾、一些	b.7
một số 量名	一些	b.2
mũ 名	帽子	b.7
mua 動	買	b.4
múa rối nước 動	水上木偶戲	b.10
mùa đông 名	冬季	b.1
mùa hạ 名	夏季	b.1
mùa khô 名	乾季	b.1
mùa mưa 名	雨季	b.1
mùa thu 名	秋季	b.1
mùa xuân 名	春季	b.1

mũi 名	鼻	b.11
muối 名	鹽巴	b.6
muốn 動	想	b.1
mưa 動	下雨	b.1
mức độ 名	程度、速度	b.4
mượn/mượn nhờ 動	借	b.2

n

này 代	這	b.4
năm sau 名	隔年、明年	b.1
nên 動	應該、要	b.12
ngã tư 名	十字路口	b.10
nghìn/ngàn 名	千	b.3
ngày 名	日、天	b.1
ngày hôm sau 名	隔天、隔日	b.2
ngày mai 名	明天	b.9
ngắm hoa 動	賞花	b.9
ngắn 形	短	b.5
ngân hàng 名	銀行	b.3
nghệ 名	黃薑	b.6
nghệ nhân 名	操偶師（藝人）	b.10
nghệ thuật 名	藝術	b.10
nghỉ ngơi 動	休息	b.11
ngon 形	好（吃）、美味	b.6
ngoài 名介	外	b.10
ngoại tệ 名	外幣	b.3
ngôn ngữ 名	語言	b.11
ngũ vị hương 名	五味香	b.6
ngực 名	胸	b.11
người 名	人	b.2
người được phục vụ 名	受服務者	b.2
người khác 名	他人、其他人、別人	b.4
người sành ăn 名	饕客	b.6
người thân 名	親人	b.8
nhà gỗ/bungalow 名	平房、小木屋	b.2
nhà hàng 名	餐廳	b.11
nhà nghỉ 名	旅社	b.2

nhà phê bình 名	評論家	b.6
nhà sách 名	書店	b.8
nhà trọ/homestay 名	民宿	b.2
nhạc cụ 名	樂器	b.10
nhãn 名	龍眼	b.8
nhanh 形	快、趕快	b.4
nhân viên phục vụ 名	服務生、服務者	b.2
nhận (phòng) 動	入住（房）	b.2
nhập cảnh 動	入境	b.12
nhất 副	最、之最	b.1
nhiệt độ 名	溫度	b.1
nhiệt đới 名	熱帶	b.1
nho 名	葡萄	b.8
nhớ 動	記得	b.5
nhờ 動	請	b.11
nói thách 動	漫天叫價	b.7
nón lá 名	斗笠	b.7
nóng 形	熱	b.11
nội dung 名	內容	b.5
nước 名	國家	b.2
nước dừa 名	椰子汁	b.6
nước mắm 名	魚露	b.6
nước mía 名	甘蔗汁	b.6
nước rau má 名	雷公根汁	b.6

ơ

ở/tại 介	在	b.3
ớt 名	辣椒	b.6

p

phà 名	渡輪	b.1
phải 形介	右	b.10
phải chăng 形	合理	b.7
phần lớn 名	大部分、大多數	b.4
phần trăm 名	百分比	b.4
phim X quang 名	X 光片	b.11

phong cảnh (名)	風景	b.1
phong phú (形)	豐富	b.6
phòng (名)	房間、室	b.2
phòng (動)	防、預防	b.11
phòng khám (名)	診所	b.11
phòng khám tư (名)	私人診所	b.11
phòng thử áo (名)	試衣間	b.7
phở (名)	河粉	b.6
phở bò (名)	牛肉河粉	b.6
phở gà (名)	雞肉河粉	b.6
phở hải sản (名)	海鮮河粉	b.6
phụ trợ (動)	輔助	b.10
phục vụ (動)	服務	b.11
phương tiện giao thông (名)	交通工具	b.5

q

quan tâm (動)	關心、在意、在乎	b.11
quần dài (名)	長褲	b.7
quần lót (名)	內褲	b.7
quần sọt (名)	短褲	b.7
quần tây (名)	西裝褲	b.7
quốc tế (名)	國際	b.3

r

rau sống (名)	生菜	b.11
rẽ (動)	轉、彎	b.10
riêng (形)	專有的、特有的	b.1
riềng (名)	南薑	b.6
rồi (連)(助)	了	b.4

s

sách (名)	書	b.8
sáng mai (名)	明天早上	b.9
sáng nay (名)	今天早上	b.12

sào 名	竹竿	b.10
sau 名介	後	b.2
sẵn 名	好	b.7
sân bay 名	機場	b.3
sân khấu 名	舞台	b.10
sầu riêng 名	榴槤	b.8
SIM điện thoại 名	電話 SIM 卡	b.4
siêu thị 名	超市、大賣場	b.7
sinh tố 名	水果牛奶	b.6
sô đa chanh 名	檸檬蘇打	b.6
số 名	號、號碼	b.2
số ngày 名	天數	b.4
số điện thoại	電話號碼	b.2
số nhà 名	門牌號碼	b.2
số phòng 名	房號	b.2
sổ mũi 動	流鼻水	b.11
sốt 動	發燒	b.11
sơ qua 副	略、大概	b.11
sở y tế 名	衛生局	b.11
súp bắp cua 名	蟹肉玉米濃湯	b.6
súp hạt sen 名	蓮子濃湯	b.6
sử dụng 動	使用	b.4
sự điều khiển 名	操作	b.10
sữa đậu nành 名	豆奶	b.6
sức khoẻ 名	健康	b.11

t

tai 名	耳	b.11
tại 介	在	b.8
tạm trú 動	停留	b.12
tàu cao tốc 名	高鐵	b.1
tàu du lịch 名	遊輪	b.1
tàu điện ngầm 名	捷運	b.1
tàu hoả/tàu lửa/xe lửa 名	火車	b.1
taxi 名	計程車	b.5
tay 名	手	b.11
tặng 動	贈送、給予	b.2

tấm phông 名	垂簾	b.10
tầm 副	大約	b.1
tất 名	襪子	b.7
tất da 名	絲襪	b.7
tất cả 代	全部、一共	b.1
tấp nập 形	熙來攘往	b.9
tem 名	標籤	b.7
tham quan 名	參觀	b.5
tháng 名	月	b.2
thanh long 名	火龍果	b.8
thẻ chìa khoá phòng 名	房卡	b.2
thẻ nạp 名	儲值卡	b.4
thế nên 連	因此	b.7
thêm 副	多、再、加	b.6
thị thực 名	簽證	b.12
thông dịch viên 名	通譯員	b.11
thông qua 介	透過、藉由	b.10
thông tin 名	資訊	b12
thời gian 名	時間	b.1
thời hạn 名	期限	b.4
thời tiết 名	天氣	b.1
thu hút 動	吸引	b.6
thu mua 動	收購	b.3
thú vị 形	有趣、好玩	b.9
thủ tục 名	手續	b.12
thủ tục hải quan 名	海關手續	b.12
thua kém 介	輸於、比不上	b.9
thuyền 名	船、舟	b.1
thứ 名	東西、物品	b.8
thứ Hai 名	星期一	b.1
thứ hai 名	第二	b.10
thử 動	試	b.7
thức trắng đêm 動	熬夜、通宵	b.9
thực đơn 名	菜單	b.6
thường 副	常常	b.9
thưởng thức 動	品嚐	b.6
tiền 名	錢	b.1
tiền boa/tiền tip 名	小費	b.2
tiền giấy 名	紙鈔	b.3

tiền lẻ 名	零錢	b.5
tiền tệ 名	錢幣、貨幣	b.3
tiện 形	方便	b.11
tiện lợi 形	便利	b.9
tiếng sáo 名	笛聲	b.10
tiếng trống 名	鼓聲	b.10
tiết kiệm 動	節省	b.5
tiêu 名	胡椒	b.6
tìm 動	找、尋、查	b.12
tìm hiểu 動	了解	b.11
tìm thấy 動	找到	b.8
tình hình 名	情形	b.11
tỏi 名	蒜頭	b.6
toàn thế giới 名	全世界	b.6
tô 名	（大）碗	b.6
tôi 代	我	b.1
tối 名	晚上	b.1
tốt 形	好、良好	b.2
tới 動	到	b.10
trà đá 名	冰茶	b.6
trà sữa 名	奶茶	b.6
trả/thanh toán 動	支付	b.11
trả giá 名	殺價	b.7
trả (phòng) 動	退（房）	b.2
trái 形介	左	b.10
trải nghiệm 動	體驗	b.5
trạm 名	站	b.5
trạm y tế 名	衛生所	b.11
trán 名	額頭	b.11
tranh Đông Hồ 名	東湖畫	b.8
tranh gạo 名	米粒畫	b.8
tranh giấy xoắn 名	捲紙畫	b.8
tranh khảm trai 名	貝殼畫	b.8
tranh lụa 名	帛畫	b.8
tranh sơn mài 名	磨漆畫	b.8
tranh thêu 名	繡畫	b.8
tranh thư pháp 名	書法畫	b.8
tranh vỏ trứng 名	蛋殼畫	b.8

tránh 動	避免	b.1
trên 名介	上、（以）上	b.11
triệu 名	百萬	b.1
trong 名介	裡面	b.7
trông coi 動	看顧	b.8
trở lại 動	返回、回頭	b.12
trung bình 形	平均	b.1
trung tâm 名	中心、機構	b.3
trụng 動	汆燙	b.11
truyền hình/ti vi 名	電視	b.2
truyền thống 名	傳統	b.6
trước 名介	前	b.2
trước 形	先	b.4
tủ lạnh minibar 名	小冰箱	b.2
tuần sau 名	下週	b.1
túi xách 名	包包、手提包	b.7
tuy/tuy vậy 連	雖然	b.2
tuỳ theo 動	依照、根據	b.4

u

uống thuốc 動	服藥、吃藥	b.11

ư

ưa chuộng 動	喜愛	b.6
ưng ý 形	滿意	b.7
ưu ái 動	青睞	b.6

v

vải 名	荔枝	b.8
vào 動	進入	b.8
váy 名	裙子	b.7
văn hóa 名	文化	b.2
văn phòng phẩm 名	文具	b.8
vấn đề 名	問題	b.4

vẫn 副	仍然	b.2
vậy 代	這樣、這麼	b.1
vé 名	票	b.1
vé tháng 名	月票	b.5
về 名	回、回來、返回	b.8
ví/ví tiền 名	皮夾、錢包	b.7
việc 名	事、事情	b.12
viên 動	粒、顆（藥）	b.11
viễn thông 名	通訊、電信	4
viện phí 名	醫療費用	11
vòng quanh 動	繞一圈	9
vô số 形	無數	6
vú sữa 名	牛奶果	8
vùng 名	區域	1

X

xa 形	遠	b.10
xe 名	車子	b.5
xe buýt 名	公車	b.1
xe buýt du lịch hai tầng mui trần 名	雙層觀光公車	b.5
xe đạp 名	腳踏車	b.1
xe hơi/ô tô 名	汽車	b.1
xe khách 名	客車	b.1
xe máy 名	機車	b.1
xe xích lô 名	三輪車	b.1
xem 動	看	b.7
xin cấp lại 動片	重新申請、補發	b.12
xin cấp thị thực tại sân bay 動片	申請落地簽證	b.12
xin hỏi 動片	請問	b.1
xin thị thực 動片	申請簽證	b.12
xoài 名	芒果	b.8
xô-đa chanh 名	檸檬蘇打	b.6
xuất cảnh 動	出境	b.12
xuất hiện 動	出現	b.6
xuất phát 動	出發	b.9
xuống (xe) 動	下（車）	b.5
xúp bắp cua 名	蟹肉玉米濃湯	b.6
xúp hạt sen 名	蓮子濃湯	b.6

y

y tá 名	護士	b.11
yêu 動	愛	b.9
yêu thích 動	喜歡、受歡迎	b.6

PHỤ LỤC 附錄

Phụ lục 3: Bảng danh từ riêng Việt-Hoa
附錄 3：越 - 華專有名詞索引

B

Bảo tàng Chứng tích chiến tranh	戰爭博物館	b.9
Bảo tàng Dân tộc học Việt Nam	越南民族學博物館	b.9
Bảo tàng Lịch sử Việt Nam	越南歷史博物館	b.9
Bắc	北	b.10
Bộ Ngoại giao	外交部	b.12
Bưu điện Thành phố	胡志明市郵政局	b.9

C

Cầu Ánh sao	星之橋	b.9
Cầu Long Biên	龍邊橋	b.9
Cầu Nhật Bản (Hội An)	會安日本橋	b.9
Châu Á	亞洲	b.2
Chợ An Đông	安東市場	b.9
Chợ Bến Thành	濱城市場	b.9
Chợ Bình Tây	平西市場	b.9
Chợ Đồng Xuân	同春市場	b.9
Chợ nổi Cái Răng (Cần Thơ)	芹苴丐醃水上市場	b.9
Chùa Hương	香寺	b.9
Chùa Một Cột	一柱寺	b.9
Chùa Trấn Quốc	鎮國寺	b.9
Chùa Vĩnh Nghiêm	永嚴寺	b.9
Chung cư 42 Nguyễn Huệ (The Cafe Apartment)	咖啡公寓	b.9
Con đường Gốm sứ	河內陶瓷路	b.9
Công viên địa chất cao nguyên đá Đồng Văn (Hà Giang)	河江同文高原地質公園	b.9
Công viên địa chất Đắk Nông	得農地質公園	b.9
Công viên địa chất Non nước Cao Bằng	高平地質公園	b.9
Cột cờ Hà Nội	河內旗台	b.9
Cục Bảo hiểm Y tế Trung ương	中央健保局	b.11

D

Dinh Độc Lập	獨立宮	b.9

Đ

Đài Loan	台灣	b.1
Đài tệ (TWD)	新台幣	b.3
Đảo Phú Quốc	富國島	b.1
Đền Hùng	雄王廟	b.9
Địa đạo Củ Chi	古芝地道	b.9
Đô la Mỹ (USD)	美元	b.3
Đồn Công an	公安局（派出所）	b.12
Đông	東	b.10
Đồng Việt Nam (VND)	越南盾	b.3
Đường sách Nguyễn Văn Bình	阮文平書街	b.9

G

Ga Hà Nội	河內火車站	b.9
Giỗ Tổ Hùng Vương	雄王節	b.10

H

Hà Nội	河內	b.1
Hàn Quốc	韓國	b.2
Hồ Hoàn Kiếm	還劍湖	b.9
Hồ Tây	西湖	b.9
Huế	順化	b.1

K

Khu dự trữ sinh quyển Cát Bà (Hải Phòng)	海防吉婆島生物圈保護區	b.9
Khu dự trữ sinh quyển Châu thổ sông Hồng	紅河三角洲生物圈保護區	b.9
Khu dự trữ sinh quyển Cù Lao Chàm (Quảng Nam)	廣南占婆島生物圈保護區	b.9
Khu dự trữ sinh quyển Đồng Nai	同奈生物圈保護區	b.9
Khu dự trữ sinh quyển Kiên Giang	堅江生物圈保護區	b.9

Khu dự trữ sinh quyển Lang Biang (Đà Lạt)	大叻浪平生物圈保護區	b.9
Khu dự trữ sinh quyển Mũi Cà Mau	金甌生物圈保護區	b.9
Khu dự trữ sinh quyển Tây Nghệ An	義安西部生物圈保護區	b.9
Khu dự trữ sinh quyển rừng ngập mặn Cần Giờ (Thành phố Hồ Chí Minh)	胡志明市芹椰紅樹林保護區	b.9
Khu phố cổ Hội An (Quảng Nam)	廣南會安古街	b.9
Khu phố Phạm Ngũ Lão	范五老街	b.9
Khu trung tâm Hoàng thành Thăng Long (Hà Nội)	河內昇龍皇城	b.9

L

Làng gốm Bát Tràng	鉢場陶瓷村	b.9
Lăng Bác	胡志明陵寢	b.9
Lễ Giáng sinh	聖誕節	b.10
Lễ Quốc khánh	國慶日	b.10
Lễ Tình nhân	西洋情人節	b.10
Lễ Vu lan (rằm tháng Bảy)	盂蘭盆節（中元節）	b.10

M

Miền Bắc	北部	b.1
Miền Nam	南部	b.1
Miền Trung	中部	b.1

N

Nam	南	b.10
Ngày Giải phóng miền Nam	南部解放日（統一日）	b.10
Ngày Nhà giáo Việt Nam	越南教師節	b.10
Ngày Phụ nữ Việt Nam	越南婦女節	b.10
Ngày Quốc tế Lao động	國際勞動節	b.10
Ngày Quốc tế Phụ nữ	國際婦女節	b.10
Ngày Quốc tế Thiếu nhi	國際兒童節	b.10
Nha Trang	芽莊	b.1
Nhà hát lớn Hà Nội	河內歌劇院	b.9

Nhà hát múa rối Thăng Long	昇龍水上木偶劇院	b.9
Nhà hát Thành phố	胡志明市歌劇院	b.9
Nhà thờ Đức Bà	聖母大教堂	b.9
Nhà hát Lớn Hà Nội	河內歌劇院	b.9
Nhà thờ Lớn Hà Nội	河內大教堂	b.9
Nhà thờ Tân Định	新定粉紅教堂	b.9
Nhà tù Hoả Lò	火爐監獄	b.9
Nhật Bản	日本	b.2
Nguyễn Văn Hải	阮文海	b.2

P

Phòng Công chứng	公證處	p.12
Phòng Quản lý xuất nhập cảnh	出入境管理廳	p.12
Phố cổ Hà Nội	河內古街	b.9
Phố đi bộ Nguyễn Huệ	阮惠街行人廣場	b.9

Q

Quảng trường Ba Đình	巴亭廣場	b.9
Quần thể danh thắng Tràng An (Ninh Bình)	寧平長安名勝群	b.9
Quần thể di tích cố đô Huế	順化古都歷史建築群	b.9

S

Sapa-Lào Cai	老街沙垻市鎮	b.1
Sân bay Nội Bài	內排機場	b.3
Sân bay Tân Sơn Nhất	新山一機場	b.3
Sở Ngoại vụ	領事事務局	b.12
Sở Tư pháp	司法廳	b.12

T

Tây	西	b.10
Thác Bản Giốc (Cao Bằng)	高平板約瀑布	b.9
Thánh địa Mỹ Sơn (Quảng Nam)	廣南美山聖地	b.9
Thánh Thất Sài Gòn	西貢高台教堂	b.9

Thành phố Hồ Chí Minh	胡志明市	b.1
Tháp Bà Ponagar (Nha Trang)	芽莊婆那加占婆塔	b.9
Thành Nhà Hồ (Thanh Hoá)	清化胡朝城堡	b.9
Tết Dương lịch	陽曆新年	b.10
Tết Đoan ngọ	端午節（滅蟲節）	b.10
Tết Nguyên đán	農曆過年	b.10
Tết Nguyên tiêu	元宵節	b.10
Tết Thanh minh	清明節	b.10
Tết Trung thu	中秋節	b.10

V

Văn Miếu-Quốc Tử Giám	文廟國子監	b.9
Văn phòng Kinh tế và Văn hóa Đài Bắc	台北經濟文化辦事處	b.12
Việt Nam	越南	b.1
Vịnh Hạ Long (Quảng Ninh)	廣寧下龍灣	b.9
Vườn quốc gia Ba Vì	巴維國家公園	b.9
Vườn quốc gia Phong Nha-Kẻ Bàng (Quảng Bình)	廣平峰牙己榜國家公園	b.9

國家圖書館出版品預行編目(CIP)資料

誰都學得會的旅遊越南語 新版 / 阮氏貞、蔡氏清水合著
-- 修訂初版 -- 臺北市：瑞蘭國際, 2025.07
240面；19×26公分 –（外語學習；148）
ISBN：978-626-7629-73-4（平裝）
1. CST：越南語 2. CST：讀本

803.798　　　　　　　　　　　　　　　　114008863

外語學習 148

誰都學得會的旅遊越南語 新版

作者｜阮氏貞、蔡氏清水
責任編輯｜葉仲芸、王愿琦
校對｜阮氏貞、蔡氏清水、王愿琦、葉仲芸

越南語錄音｜Nguyễn Bình Trân（阮氏貞）、Huỳnh Quốc Tuấn（黃國俊）、
　　　　　　Huỳnh Lê Anh Huy（黃英輝）
錄音室｜采漾錄音製作有限公司
封面設計｜劉麗雪、陳如琪
版型設計｜劉麗雪
內文排版｜方皓承

瑞蘭國際出版

董事長｜張暖彗 ・ 社長兼總編輯｜王愿琦
編輯部
副總編輯｜葉仲芸 ・ 主編｜潘治婷 ・ 文字編輯｜劉欣平
設計部主任｜陳如琪
業務部
經理｜楊米琪 ・ 主任｜林湲洵 ・ 組長｜張毓庭

出版社｜瑞蘭國際有限公司 ・ 地址｜台北市大安區安和路一段 104 號 7 樓之一
電話｜(02)2700-4625 ・ 傳真｜(02)2700-4622 ・ 訂購專線｜(02)2700-4625
劃撥帳號｜19914152 瑞蘭國際有限公司
瑞蘭國際網路書城｜www.genki-japan.com.tw

法律顧問｜海灣國際法律事務所　呂錦峯律師

總經銷｜聯合發行股份有限公司 ・ 電話｜(02)2917-8022、2917-8042
傳真｜(02)2915-6275、2915-7212 ・ 印刷｜科億印刷股份有限公司
出版日期｜2025 年 07 月初版 1 刷 ・ 定價｜480 元 ・ ISBN｜978-626-7629-73-4

◎ 版權所有 ・ 翻印必究
◎ 本書如有缺頁、破損、裝訂錯誤，請寄回本公司更換

PRINTED WITH SOY INK　本書採用環保大豆油墨印製

瑞蘭國際

瑞蘭國際